सुवर्णमुद्रा

शान्ता ज. शेळके

मेहता पब्लिशिंग हाऊस

All rights reserved along with e-books & layout. No part of this publication may be reproduced, stored in a retrieval system or transmitted, in any form or by any means, without the prior written consent of the Publisher and the licence holder.
Please contact us at **Mehta Publishing House,** Pune.
Email : production@mehtapublishinghouse.com
Website : www.mehtapublishinghouse.com

- या पुस्तकातील लेखकाची मते, घटना, वर्णने ही त्या लेखकाची असून त्याच्याशी प्रकाशक सहमत असतीलच असे नाही.

SUVARNAMUDRA by SHANTA J. SHELAKE

सुवर्णमुद्रा : शान्ता ज. शेळके / ललितगद्य

© सुरक्षित

Email : author@mehtapublishinghouse.com

प्रकाशक : सुनील अनिल मेहता, मेहता पब्लिशिंग हाऊस,
१९४१, सदाशिव पेठ, माडीवाले कॉलनी, पुणे - ४११०३०.

मुखपृष्ठ : चंद्रमोहन कुलकर्णी

प्रकाशनकाल : मार्च, २००२ / फेब्रुवारी, २००५ / सप्टेंबर, २०१४ /
पुनर्मुद्रण : फेब्रुवारी, २०१९

P Book ISBN 9788177662788
E Book ISBN 9789353170516
E Books available on : play.google.com/store/books
www.amazon.in/b?node=15513892031

श्रीमती उषा मंगेशकर यांस

प्रिय उषाताई
माझे 'मधुसंचय' हे संकलन तुम्हाला आवडले होते.
आज त्याच प्रकारचे 'सुवर्णमुद्रा' हे संकलन
मी तुम्हाला प्रेमाने अर्पण करत आहे.
तेही तुम्हाला आवडेल अशी मी आशा करते.

– शान्ताबाई

प्रारंभी थोडेसे

शाळकरी वयापासून स्वत:ला आवडलेल्या कवितांमधील ओळी, थोरांची वचने, सुंदर निसर्गचित्रे, सुभाषिते, विनोद, दुर्मिळ माहितीपर मजकूर हे सारे वहीत लिहून ठेवण्याचा मला छंद होता. अनुवाद करणे मला आवडते. तेव्हा संस्कृत सुभाषिते, इंग्रजी कविता यांचे अनुवाद मी करत असे. माझा हा संग्रह हळू हळू वाढत गेला. पुढे 'मधुसंचय' या नावाने त्यांचे एक संकलन परचुरे प्रकाशनाने प्रसिद्ध केले. ते लोकांच्या पसंतीस उतरले.

आज त्याच प्रकारचे 'सुवर्णमुद्रा' हे नवे संकलन मी वाचकांपुढे ठेवत आहे. सुवर्णमुद्रा म्हणजे सोन्याची नाणी. पण चांगल्या अर्थपूर्ण अशा मुद्रित साहित्याचे संकलन हाही त्याचा एक अर्थ होऊ शकेल. या दोन्ही अर्थांनी प्रस्तुत संकलनाचे 'सुवर्णमुद्रा' हे नामकरण केलेले आहे.

इथे मराठी लेखक-कवींबरोबर पाश्चात्य लेखक, कवी, तत्त्वज्ञ, विचारवंत आहेत. ज्ञानदेव-तुकाराम-रामदास या संतकवींबरोबर संस्कृत आणि इंग्रजी नाटककार इथे भेटतील. रामायण-महाभारतातले श्लोक जसे इथे सापडतील तसा जुन्या ओव्या, म्हणी, लोकगीते यांचाही मधून मधून आढळ होईल. शिवाय आणखीही बरेच काही मिळेल. त्यात माझे असे काही नाही. कवितांचे, गद्याचे इंग्रजीतून, संस्कृतातून केलेले मराठी अनुवाद येवढेच माझे म्हणता येईल.

माझे तरुण आणि उत्साही प्रकाशक मित्र सुनील मेहता यांनी नेहमीच्याच अगत्याने 'सुवर्णमुद्रा' प्रसिद्ध केले आहे. त्यांची मी आभारी आहे. 'मधुसंचय' प्रमाणेच या 'सुवर्णमुद्रा'चेही वाचक आपुलकीने स्वागत करतील अशी आशा मी व्यक्त करते.

– शान्ता ज. शेळके

■ हे प्रभो विभो ■

हे प्रभो विभो अगाध किति तव करणी
मन चिंतुनि हो रत चरणी
हे प्रभो विभो अगाध किति तव करणी !
चांदवा नभाचा केला
रविचंद्र लटकती त्याला
जणू सुंदर सुबक छताला
मग अंथरली ही धरणी
हे प्रभो विभो अगाध किति तव करणी !
बाहुली मनुष्ये केली
त्या बहुविध रूपे दिधली
परि सूत्रे त्यांची सगळी
नाचविसी हस्ती धरुनी
हे प्रभो विभो अगाध किति तव करणी!

- श्रीपाद कृष्ण कोल्हटकर

■ कोनशिला ■

अनेक पाथरवटांनी निरुपयोगी म्हणून बाजूला टाकून दिलेल्या दगडालाही कधी तरी अचानक एखाद्या सुंदर मंदिराची किंवा भव्य राजप्रासादाची कोनशिला होण्याचे भाग्य लाभते.

■ दिवाळखोर ■

एखादा उधळ्या मनुष्य हातांत आलेले पैसे हवे तसे खर्चून टाकतो. बहुतेक माणसे आयुष्याचा असाच अपव्यय करतात. उधळा मनुष्य कधी जमाखर्च ठेवीत नाही आणि कधी आढावा घेत नाही. माणसे तरी गेलेल्या आयुष्याचा कुठे विचार करतात? शेवटी दोघांच्याही कपाळावर एकच शिक्का बसतो-दिवाळखोर!

- वि. स. खांडेकर

■ शब्द ■

देवाने ढग, तारे, पक्षी, यांच्या योगाने सौंदर्याचे एक जाळे या वसुंधरेभोवती विणून ठेवले आहे. पण त्याने जे शब्द निर्माण केले आहेत त्यांच्या देखणेपणाची सर दुसऱ्या कशाला येणार नाही!

■ अशक्य ■

डोक्यावर चकचकीत टक्कल असलेले एक पोक्त आणि ख्यातनाम पुढारी सभेपुढे बोलत होते. श्रोत्यांना आपल्या कर्तबगारीविषयी सांगताना ते आढ्यतेने म्हणाले,

'लोक हो, मला कोणतीही गोष्ट अशक्य नाही. मला करता येणार नाही असे काही सुद्धा नाही!'

मागच्या रांगेतून एक लहानसा आवाज आला,

'आहे तर काय झालं? तुम्हाला आपल्या केसांचा भांग पाडता येईल का, सांगा बरं!'

■ बाल संभाजी ■

चिमुकली पगडी झळके शिरी
चिमुकली तलवार धरी करी
चिमुकला चढवी वर चोळणा
चिमुकला सरदार निघे रणा
छबुकडा चिमणा करितो गुण
चिमुकले धरले मग रंगण
दुडदुडा पळता पळता पडे
गडबडे, रडता मुख बापुडे!

— महादेव मोरेश्वर कुंटे, राजा शिवाजी

■ हेतु ■

कुणी कुणावर प्रेम करावे हेतु न त्याला काही
प्रेमबंधनास्तव गुणवत्ता काही लागत नाही
कोकिलकूजितरम्य वसंती उपवन बहरुन जाय
तरी मालती मुग्धच राही कारण त्याचे काय?

— संस्कृत सुभाषित

■ दोन गोष्टी ■

या जगात दोनच गोष्टी अशा आहेत की ज्या माझे मन नेहमी विस्मयाने आणि एका अज्ञात भयाने भरून टाकतात. त्यांतली एक गोष्ट म्हणजे माथ्यावर पसरलेले विस्तीर्ण तारकांकित आकाश आणि दुसरी गोष्ट म्हणजे माझ्या हृदयात सदैव जागी असलेली गंभीर नैतिक जाणीव!

— इमॅन्युएल कान्ट - विख्यात तत्त्ववेत्ता

■ फरक ■

सत्य नेहमी सुळावर चढवले जाते. आणि असत्याची सोन्याच्या सिंहासनावर गौरवपूर्वक प्रतिष्ठापना होते.

■ मरणोत्तर ■

जन्मभर यशस्वी रीतीने डावपेच खेळणारा मुत्सद्दी निधन पावला म्हणजे मग त्याला राजकारणी हे बिरुद प्राप्त होते.

- थॉमस रीड

■ हसतमुख ■

खिन्नता म्हणजे धर्म नव्हे. मग ती दुसरे काहीही असो. सर्वदा आनंदी व हसतमुख राहिल्याने तुम्ही ईश्वराच्या अधिक जवळ जाल. एखादी प्रार्थना तुम्हाला ईश्वराच्या जितकी निकट घेऊन जाऊ शकेल त्याहूनही जास्त निकट तुम्हाला तुमची हसरी व आनंदी वृत्ती घेऊन जाईल!

- स्वामी विवेकानन्द

■ धीट पाठ ■

कामिक रसिक शृंगारिक । वीर हास्य प्रास्ताविक ।
कौतुक विनोद अनेक । या नाव धीट पाठ ॥

- समर्थ रामदास

■ माते लक्ष्मी ■

माते लक्ष्मी दुरुत्तराची क्षमा करी गे मला
तुझ्या दर्शने परंतु होतो नर केवळ आंधळा
कमलदलासम विशाललोचन नारायण ना तरी
कसा झोपता सर्पफणेच्या भयकर शय्येवरी?

- संस्कृत सुभाषित

■ भ्रम ■

पाणी हालल्यामुळे पाण्यात पडलेले चंद्राचे प्रतिबिंब हालते. परंतु अज्ञानी माणसाला वाटते की चंद्रच हालत आहे. अगदी त्याचप्रमाणे कर्तृत्व, उपभोग आदी कर्मे वास्तविक पाहाता मनाची आहेत. पण भ्रमामुळे ती आत्म्यावर लादली जातात.

- श्रीमत् शंकराचार्य

■ सासुरवास ■

सीतेला सासुरवास । सये कैकेयीनं केला
रामसीतेचा ग जोडा । न्हाई तिला बघवला ।।
रामलक्ष्मुमण । संगं निघाले वनाला
गोंडे ग रेशमाचे । त्यांच्या धनुष्यबाणाला ।।
सीतामाई बोले दिरा । तहान लागली वनामंदी
तुळशीच्या झाल्या काड्या । पानी केळीच्या डोळ्यांमंदी ।।
राम चालताना वाटे । लक्ष्मुमण झाडी काटे
सीतामाई बोले त्याला । ऐसा बंधु नाही कोठे ।।

- पारंपरिक ओव्या

■ शेतीचे वैभव ■

रस्त्याच्या दोन्ही बाजूंना काळ्याभोर जमिनींतून तंबाखूची मोठमोठ्या पानांची हिरवीगार रोपे वर सरसावली होती. ढेकळे इतकी काळी होती की जणू काय ठिसूळ कोळशाचे खडेच! काही शेतांतून तयार झालेल्या गव्हाच्या काटेरी कणसांच्या पिवळ्या पडलेल्या लोंब्यांच्या पलटणी दाटीवाटीने उभ्या होत्या. जवळच वाळलेल्या टहाळातले तयार झालेले हरभरे वाऱ्याच्या हेलकाव्याने हलून खुळखुळत होते. बांधावर आंब्याच्या झाडांच्या रांगा लागल्या होत्या. फांद्याफांद्यांवरून हिरव्या गोट्यांची झिम्मड लहडली होती.

- ग. ल. ठोकळ

■ अन्न ■

अन्न देह, अन्न मन
अन्न आत्मा, अन्न प्राण
अन्न अवघ्यांचे जीवन
अमृत अन्न भूलोकी ।।
रुचिकर आणि पौष्टिके
अरुवार, सुखोष्ण, सात्त्विके
घमघमीत सुवासिके
अन्ने कौतुके सेवावी ।।
षड्रसयुक्त सुखभोजन
सवे प्रेमळ सखेजन
हास्यविनोदे जाती क्षण
मानिजे अन्न परब्रह्म ।।

■ **विश्वास** ■

गुरूच्या शब्दावर विश्वास असायला हवा. गुरू म्हणजे तो सच्चिदानंद. स्वयं भगवानच गुरू होत. गुरूवाक्यावर बालकासारखा विश्वास असला म्हणजे भगवान लाभतात. बालकाचा विश्वास केवढा तीव्र असतो! आईने सांगितले, 'तो तुझा दादा'. लगेच त्याचा विश्वास बसतो. सोळा आणे नाही तर पंचवीस आणे विश्वास! मग भले तो ब्राह्मणाचा मुलगा असेल आणि तो दादा सुतार-लोहाराचा मुलगा असेल!

- श्री रामकृष्ण परमहंस

■ **स्नेह** ■

पक्ष्यांचे ते अगणित थवे दूर कोठे निघाले?
एकाकी हा जलद वळला, तोहि बाजूस चाले
मी एकान्ती गिरिशिखर हे न्याहळीतो बसून
अन्योन्यांचा, मजसि गिरिला ये कधीही न शीण!

- ली ताई पो, चिनी कवी

■ **माते गोदावरी!** ■

माते गोदावरी! राम, लक्ष्मण, सीता यांच्यापासून तो वृद्ध जटायूपर्यंत सर्वांना तू आपले स्तन्यपान करविले आहेस. तुझ्या काठी शूर वीर झाले तसे तत्त्वचिंतकही झाले; संत झाले आणि मुत्सद्दी झाले; देशभक्त झाले आणि ईश्वरभक्तही झाले. चारही वर्णांची तू माता आहेस. माझ्या पूर्वजांची तू अधिष्ठात्री देवता आहेस. उन्नतीची आशा मनात बाळगून तुझे दर्शन घेण्यास मी आलो आहे. काही नाही तरी निदान काशतृणाच्य तुऱ्यांप्रमाणे मला उन्नत्त कर, जेणेकरून नि:संकोचपणे एकाग्र चित्ताने मातेच्या सेवेत मी निमग्न राहीन आणि बाकीचे सारे विसरून जाईन. तुझ्या पाण्यात अमोघ शक्ती आहे. तुझ्या पाण्याच्या एका बिंदूचेही सेवन व्यर्थ जाणार नाही!

- आचार्य काका कालेलकर

■ **इषारा** ■

तुम्ही जेव्हा उत्कट आनंदाच्या ऐन भरात असाल तेव्हा कुणालाही, काहीही वचन, आश्वासन देऊ नका आणि तुम्ही जेव्हा अत्यंत संतापलेले असाल तेव्हा कुणाच्या कसल्याही पत्राचे उत्तर देऊ नका.

- चिनी म्हण

सुवर्णमुद्रा । ५

■ डास ■

डास हे लहान मुलांसारखे असतात. जेव्हा त्यांचे गुणगुणणे ऐकू येत नाही तेव्हा ते काही तरी भानगड करत आहेत असे समजावे!

■ भिकारी ■

थोडक्यात ज्याला समाधान लाभे
राजासारखा तो असतो श्रीमंत
राज्यही आपुले अपुरे ज्या वाटे
राजा तो भिकारी असे मूर्तिमन्त!

■ सुरक्षित ■

दुसऱ्याच्या प्रकाशात वाटचाल करण्यापेक्षा स्वत:च्या सावलीच्या काळोखात चालणे अधिक सुरक्षित असते.

■ सुंदर! ■

अमेरिकेचा अध्यक्ष अब्राहम लिंकन हा दिसायला कुरूप आहे असे एका लहान मुलीने अनेकांच्या तोंडून ऐकले होते. एकदा आपल्या वडिलांच्या बरोबर प्रत्यक्ष अध्यक्षांना भेटण्याची दुर्मिळ संधी तिला मिळाली. लिंकनने त्या छोटीला प्रेमाने आपल्या मांडीवर घेतले आणि आपल्या विशिष्ट गंमतीदार शैलीने तो तिच्याशी गप्पा मारू लागला. थोड्याच वेळात ती मुलगी जवळ उभ्या असलेल्या आपल्या वडिलांकडे वळून आवेगाने त्यांना म्हणाली, 'पप्पा, तुम्ही म्हणालात की आपले अध्यक्ष दिसायला चांगले नाहीत! पण खोटं आहे ते! ते सुंदर आहेत. अगदी फारच सुंदर आहेत!'

■ स्वदेशप्रेम ■

इथे लवणभाकरी अमृत हेच माझे मला
इथे मखमला मला गमति माझिया कंबला
इथे त्रिविध ताप ही मलयचंदनाची उटी
इथे बिकट संकटे सुमनमाळ ही गोमटी!

- कवी चंद्रशेखर

■ शोकान्तिका ■

'तुमचे मित्र ते देशपांडे, हल्ली दिसले नाहीत बऱ्याच दिवसांत, काय चाललंय

काय त्यांचं?'

'तुम्हाला कळलं नाही? मोठी शोकान्तिका झाली हो त्यांची!'

'म्हणता काय? काही अपघात वगैरे...'

'अपघातच म्हणायचा! लग्न झालं त्यांचं!'

■ भ्रताराची प्रीती ■

भ्रतार पुसतो । राणी हौस ग कशाची?
गळा गळसरी । सरी दुहेरी फाशाची ॥
भ्रतार पुसतो । कुठं गेली घरवाली?
सावळी चंद्रावळ । हासत पुढे आली ॥
भ्रतार पुसतो । कुठं गेली माझी रंभा?
पदरी लवंगा । झाला विड्याचा खोळंबा ॥
भ्रतार पुसतो । कुठं गेली येडी नार?
तांब्याच्या घंगाळात । पाणी झालं थंडगार ॥
काय सांगू बाई । माझ्या भ्रताराचे गुण
दोन्ही हातांची सावली । नाही लागू देत ऊन ॥

- पारंपरिक ओव्या

■ सुख ■

कुणी तरी आपल्यावर उत्कटपणे प्रेम करणारे आहे या जाणिवेइतके सुख दुसऱ्या कोणत्याही गोष्टीत नसते.

- व्हिक्टर ह्यूगो

■ आमच्याच जातीचे ■

'साहेब, काही दानधर्म करा गरिबाला. पुण्य लागेल.'

'अरे बाबा, कसला दानधर्म करतोस? माझ्या खिशात एक दमडी सुद्धा नाही!'

'असं म्हणता? वा वा! मग तुम्ही आमच्याच जातीचे दिसता! चला की राव माझ्याबरोबर भीक मागायला!'

■ रस्ता बंद! ■

माझ्या हृदयाच्या प्रवेशद्वारावर मी सूचनाफलक लावून ठेवला होता, 'हा रस्ता येणाराजाणारांना बंद आहे!' पण प्रीती हसतहसत तिथे आली आणि म्हणाली, 'मी

सर्वसंचारी आहे. वाटेल तिथे मी जाऊ शकते. मला कुठेही प्रवेश करण्यास बंदी नाही!'

■ चेहरा ■

जर तुम्हाला काळाला फसवायचे असेल तर त्याला अनुरूप असा चेहरा धारण करा. एखाद्या फुलासारखे निष्पाप, निर्व्याज दिसा. पण त्या चेहऱ्यामागे मात्र भयंकर फूत्कार टाकणारा विषारी सर्प सांभाळून ठेवा.

- वुइल्यम शेक्सपियर -'मॅकबेथ'

■ एकरूपता ■

लवण मेळविता जळे । काय उरले निराळे ॥
तैसा समरस झालो । तुजमाजी हरपलो ॥
अग्निकर्पुराच्या मेळी । काय उरली काजळी ॥
तुका म्हणे होती । तुझी माझी एक ज्योती ॥

- श्री तुकाराम

■ ऐहिक सुखवर्धन ■

मनुष्यतेचे ऐहिक सुखवर्धन ह्या सार्वत्रिक भावी धर्माची ज्यांनी दीक्षा घेतली असेल त्यांनी कोणास न भिता, आपल्या मनास जे शुद्ध, प्रशस्त, कल्याणप्रद वाटत असेल ते दुसऱ्यास सांगावे आणि तदनुसार होईल तेवढे आचरण करावे हेच त्यांस उचित आहे.

- गोपाळ गणेश आगरकर

■ प्रीती आणि समुद्र ■

सामान्य कुवतीची माणसे समुद्राकडे घाईघाईने, वरवर पाहतात आणि म्हणतात, 'किती कंटाळवाण्या या लाटा! किती तीच तीच ही गाज!' पण संवेदनाक्षम, सहृदय लोक तोच समुद्र तास न् तास बघण्यात रंगून जातात. त्याच्या गूढ सौंदर्याचे नवनवे पैलू बघून स्तिमित, आनंदित होतात. प्रीतिभावनाही अगदी अशीच असते.

- हॉनोरे द दालझाक

■ शिवाजी महाराजांचे आरमार ■

पश्चिम किनाऱ्यावरील व्यापार अत्यंत महत्त्वाचा असून सिद्दी, इंग्रज, पोर्तुगीज इत्यादी दर्यावर्दी लोक त्याचा फायदा घेतात हे लक्षात येताच महाराजांनी पंधरा लक्ष

रुपये खर्च करून आपले आरमार सजवले. तीस टनांपासून तीनशे टनांपर्यंत वजनाची पाचशे जहाजे त्यांनी बांधली. त्यांची नावे गुराद,तरांडी, गलबते, दुबारे, शिबाडे, पगार, मचवे, बाथोरी, तिरकटी, पाल ही होत. त्या आरमार खात्यात पाच हजारांवर कोळी, भंडारी असे उत्कृष्ट दर्यावर्दी खलाशी होते. विजयदुर्ग, कुलाबा, सिंधुदुर्ग, रत्नागिरी आणि अंजनवेल ह्या ठिकाणी महाराजांनी गोद्या करून तिथे मोठमोठी जहाजे बांधण्याचे कारखाने स्थापन केले.

- नाथमाधव

■ वेळ नाही ■

गर्द हिरव्या रम्य या आहेत राई
थांबण्या येथे परंतू वेळ नाही
पाळणे आहे दिलेला शब्द काही
मैल ओलांडून जाणे पावलांना
नीज नाही तोवरी या लोचनांना!

- कवी रॉबर्ट फ्रॉस्ट

■ श्रीकृष्णाचे बारसे ■

संध्याकाळची वेळ झाली. गोकुळात रोषणाई झाली. त्या रोषणाईने दिवसाच्या प्रकाशालाही मागे टाकले आणि त्यात श्रीकृष्णाला पाळण्यात घालण्याकरिता गोकुळातल्या एकेक लावण्यलतिका राजमंदिरात जमू लागल्या. त्यामुळे तर प्रकाशाची झळाळीच उसळली. सर्वजणी कनकाच्या पुतळ्या आहेत की हिऱ्याच्या बाहुल्या आहेत असे वाटायला लागले. गोकुळातील सुखीपणाचे मांसल सौंदर्य त्यांची श्रीमंती दाखवीत होते आणि मनात लागलेला आनंदाचा दिवा त्यांच्या गोऱ्या गालांवर चमका मारीत होता. त्यांच्या कानांतले डूल गालांवर हलत होते. त्यावेळी संगमरवरी तक्तपोशीवर रत्नदीपांचे किरण पडत आहेत की काय, असा भास होत होता. तऱ्हेतऱ्हेच्या रंगांची सुंदर वसने त्यांच्या अंगांची कान्ती फैलावीत होती. त्यांनी आपली बालके कडेवर घेतलेली होती. त्यामुळे गंगेच्या तीरावर फुलांचे ताटवे ठेवल्याचा भास होत होता.

- अच्युत बळवंत कोल्हटकर

■ गणेशरूप ■

नेत्री दोन हिरे, प्रकाश पसरे, अत्यंत ते साजिरे
माथा शेंदुर पाझरे, वरि बरे दूर्वांकुरांचे तुरे

माझे चित्त विरे, मनोरथ पुरे, देखोनि चिंता हरे
गोसावीसुत वासुदेव कवि रे त्या मोरयाला स्मरे!

- गोसावीसुत वासुदेव, चिंचवड

■ मनमानी भटक्या ■

प्रेम नको, स्नेह नको, नको नको घरदार
मला पाहिजे आयुष्य माझ्या आवडीचे, प्यार!
हवे मला माथ्यावर निळे निर्मळ आभाळ
हवी पायांखाली वाट धावणारी रानोमाळ!
हवी चांदण्याखालती निद्रा तृणशेजेवर
नदीमध्ये बुडवून हवी खावया भाकर
मनमानी भटक्या मी, माझ्यासारख्याला हवे
असे स्वच्छंदी जीवन पूर्ण मुक्त, नित्य नवे!

- इंग्रजीवरून अनुवादित कविता

■ एकटेपण ■

एकटेपणाचे भय वाटणे, स्वतःची संगत स्वतःला नकोशी होणे यासारखे दुर्दैव नाही. एकटेपणाच्या भीतीमधून अनेक अनर्थ उद्भवतात. केवळ एकटेपण टाळता यावे म्हणून माणसे काय काय तरी मार्ग शोधून काढतात. कशाकशाच्या आहारी जातात! जुगार खेळणे, पैसा हवा तसा उधळणे, खा खा खाऊन पचनशक्ती बिघडवून घेणे, मद्यपान करणे, चंचल उनाड स्त्रियांच्या संगतीत रमणे — सारे काही एकाकीपण टाळण्यासाठी चाललेले असते. एकान्त सहन होत नाही म्हणून माणसे अडाणीपणाने वागतात. परनिन्देत आणि कुचाळक्यांत रस घेतात. दुसऱ्याचा मत्सर करतात. हा स्वतःशी आणि ईश्वराशी केलेला मोठा द्रोह आहे.

■ निवड ■

आयुष्यात फार सुरुवातीलाच माझ्यासमोर एक गहन प्रश्न उभा राहिला. प्रामाणिक उर्मटपणा आणि ढोंगी नम्रता या दोन्ही गोष्टींमधून मला नेमकी निवड करायची होती, मी खूप विचार केला आणि खोट्या खोट्या नम्रतेपेक्षा स्पष्ट उर्मटपणा शतपटीने चांगला असे मी स्वतःशी ठरवले. तेव्हापासून मी आयुष्यात तसाच वागत आलो आणि मला कधीही आपली निवड बदलण्याचे कारण पडले नाही.

- फ्रँक लॉइड राइट, वास्तुशास्त्रज्ञ

■ **उथळ** ■

उथळ भांडी असतात ती थोडक्याशा पाण्यानेही काठोकाठ भरतात आणि लगेच उचंबळून वाहू लागतात.

- डच म्हण

■ **दुबळ्याचे बळ** ■

गवताच्या लहानशा पात्याला वाटते की माणसाने जे प्रचंड राजवाडे बांधले आहेत ते केवळ त्या पात्याने तिथे रुजावे म्हणून! संगमरवरी प्रासादांच्या अभेद्य भिंतींतही गवत एखादी फट शोधून तिथे घुसते. मूळ धरते, वाढते आणि कालान्तराने सारा प्रासाद कोलमडून पडतो. कुठेही हळू हळू सरपटत शिरकाव करून घेण्याची ही जी शक्ती निसर्गाने गवताच्या दुबळ्या पात्याला दिलेली आहे तिच्यासमोर विशाल रणगाडे आणि राक्षसी तोफा यांच्यामागे उभे असलेले सम्राटही पराभूत होतात.

- हॉनोरे द बालझाक

■ **तो शंभु सोडू नको** ■

वेदाभ्यास नको, श्रुती पढु नको, तीर्थासि जाऊ नको
शास्त्राभ्यास नको, व्रते मख नको, तीव्रे तपे ती नको
काळाचे भय मानसी धरु नको, दुष्टासि शंकू नको
ज्याचीया स्मरणे पतीत तरती तो शंभु सोडू नको!

■ **आत्मविश्वास** ■

ज्यांच्यापाशी आत्मविश्वास आहे ते कोणत्याही संकटावर मात करतात. दररोज एका तरी भीतीवर जो विजय मिळवत नाही त्याला आयुष्याने काहीच शिकवले नाही असे म्हटले पाहिजे.

- राल्फ वॉल्डो इमर्सन

■ **कवीचा विनय** ■

व्यास वाढिता जगाते । ग्रास लाधला जीर्ण कवींते
त्यांचे मुखीची उच्छिष्ट शिते । म्यां दुर्बळे वेचिली ।।
किती एकांसी आग्रह मोठा । नातळो म्हणती कविउच्छिष्टा
हा समर्थवाद योग्य श्रेष्ठा । ईश्वरकृपा म्हणोनी ।।
एक एक अक्षराची भीक । जीर्ण कवींते मागून देख
मी सर्वज्ञ कविनायक । ऐसे म्हणविले लौकिकी ।।

- कविवर्य मुक्तेश्वर 'सभापर्व'

सुवर्णमुद्रा । ११

■ लहान शब्द ■

मोठमोठ्या, अवजड आणि गुंतागुंतीच्या शब्दांनी कधीही गांगरून जाऊ नका. असे शब्द बहुधा पोकळ, निरर्थक आणि अत्यंत सामान्य आशय व्यक्त करणारे असतात. जीवनातली जी महान सत्ये आहेत ती सुचवणारे शब्द किती छोटे असतात! जन्म, मृत्यू, युद्ध, शांती, पहाट, दिवस, रात्र, आशा, प्रीती, घर - यांतला एक शब्द तरी अवजड आहे का? पण त्यांचा अर्थ किती व्यापक आहे! असे अगदी लहान शब्द वापरून महान आशय व्यक्त करण्यास शिका. ज्यांच्यापाशी महत्त्वपूर्ण असे फारसे काही सांगण्याजोगे नसते तेच असे पोकळ शब्दांचे अवडंबर उभे करतात आणि मूर्ख लोक त्यालाच भुलतात.

■ भोंदू बैरागी ■

जे जे मन अंगीकारी । ते ते स्वये मुक्त करी
तो गुरू नव्हे भिकारी । झडे आला ॥
शिष्यासी न लाविती साधन । न करविती इंद्रियदमन
ऐसे गुरू अडक्याचे तीन । मिळाले तरी टाकावे ॥
दिवाळखोरांचा मांड । पाहता वैभव उदंड
परी ते अवघे थोतांड । भंड पुढे ॥

- श्रीसमर्थ रामदास - दासबोध

■ आजोळ गावाकडचे ■

चौसोपी वाडा. कमानी दरवाजा. चिरेबंदी जोतं. पैस गोठा. दावणीची जनावरं. कावडीचं पाणी. डेऱ्याचं अंगण. वैलचुलीवर सैपाक. घुसळण घुसळत्या डेऱ्यातल्या उभ्या रवीदोराचं मोगा मोगा ताक. पोटभर दुभतं. चिलीम वडते आजोबा. तपकीर वडती आजी. पानतंबाखू खाते बाप्पाजी दयाळ. दातवण लावती आत्ती. दळण दळती आई. वाकळ शिवती काकू. शेतीभाती बघते चुलते. मोट वढते मामा. मळा पिकवती मामी. तर असल्या आमच्या आजोळघरात पहाटेला पारवे घुमायला लागले की उगवत्या सूर्यदेवालाही आमच्या घरी यावंसं वाटायचं.

- सरोजिनी बाबर

■ पुस्तके ■

पुस्तके म्हणजे परम आनंदाचे निधान. पुस्तके म्हणजे इंद्रधनाच्या ठेवी. पुस्तके म्हणजे शारदेचे भांडागार. पुस्तके म्हणजे प्रतिभेच्या लावण्यलतेवरील रसफळांचे घोस. पुस्तके म्हणजे अमृतमेघ. कुणी त्यांना अलीबाबाची अजब गुहा म्हणतो. कुणी सालोमन

राजाच्या खाणी म्हणतो. कुणी पुस्तकांची तुलना एल् डोराडोशी म्हणजे स्वप्नीच्या सुवर्णभूमीशी करतो तर कुणी ॲरगॉसीशी म्हणजे जडजवाहीर लादलेल्या जहाजाशी करतो.

- श्री. बा. जोशी

■ बापा अहो विश्वंभरा ■

देउनि आलिंगन । प्रीतीच्या पडिभरे
अंगे ही दातारे । निववावी ।।
अमृताची दृष्टी । घालोनिया वरी
शीतळ हा करी । जीव माझा ।।
घेई उचलोनी । पुसे तहानभूक
पुशी माझे मुख । पीतांबरे ।।
बुझावोनी माझी । धरी हनुवटी
ओवाळून दिठी । करून सांडी ।।
तुका म्हणे बापा । अहो विश्वंभरा
आता कृपा करा । ऐेशी काही ।।

- श्री तुकाराम

■ डोईचा पदर आला खांद्यावरी ■

डोईचा पदर । आला खांद्यावरी
भरल्या बाजारी । जाईन मी ।।
हातामध्ये टाळ । खांद्यावरी वीणा
आता मज मना । कोण करी ।।
पंढरीच्या पेठे । मांडियले पाल
मनगटावर तेल । घाला तुम्ही ।।
जनी म्हणे देवा । झाले मी येसवा
निघाले केशवा । घर तुझे ।।

- जनाबाई

■ नव्या लुगड्याचा आनंद ■

स्त्रीचे वय काही असो, मनासारखे लुगडे पोटभर वापरायला मिळावे, अगदी चिंध्या होइस्तवर ते वापरावे, मग त्याची रजई करावी, किंवा आपण कोरेच वापरावे नि ते आपल्या मुलीबाळींनी कौतुकाने वापरावे अशी एक प्रबळ इच्छा प्रत्येक

सुवर्णमुद्रा । १३

स्त्रीमनात खोलवर रुजलेली असते. मनासारखे लुगडे मिळाले की त्याच्याबरोबरच स्त्रीच्या मनाचे वय पालटते. क्षणिक का होईना, एक निरागस तजेला तिच्या मुखावर येतो. वय काही असो, रूप असो नसो, मनपसंत वेषभूषा केलेली स्त्री नारीजातीच्या स्थलकालातीत लावण्याच्या तजेल्यात डुंबून आल्याचे सुख भोगते.

– दुर्गाबाई भागवत

■ **तेव्हा कळे** ■

तांदुळामध्ये श्वेत खडे । तांदुळासारिखे दिसती वाकुडे
परी चाविता दात पडे । तेव्हा कळे ॥

– श्री समर्थ रामदास

■ **एक संवाद** ■

'आपण दोघांनी पळून जायचं मग नक्की ठरलं ना?'
'हो हो! अगदी नक्की ठरलं! त्यात शंकाच नको!'
'पण काय ग, तुझा नवरा - त्याला चोरूनच जायचं ना आपण? नाही तर ऐन वेळी त्यानं आपल्याला पकडलं तर?'
'छे छे! ती काळजीच करू नका तुम्ही, त्यानंच तर माझी बॅग भरून ठेवून सारी तयारी करून दिलीय!'

■ **गुलमोहर** ■

इथल्या प्रत्येक बंगल्याला विस्तीर्ण आवार आहे आणि प्रत्येक आवारात गुलमोहराची बरीच झाडे आहेत. सगळी खूप मोठी आहेत आणि सगळी या वेळी फुललेली आहेत, काही झाडांवरची फुले पिवळसर तांबड्या रंगाची तर काहींवरची झळझळीत गर्द केशरी रंगाची. जणू तो शेंदरी रंग फुलांच्या त्या राशीतून येऊन बाहेर फाकतो आहेसे वाटते. काही झाडांवर पाने अधिक तर फुले कमी आहेत; तर काहींवर फुलेच फुले आणि मध्ये पाने दिसताहेत, पिसांसारखी पसरलेली हिरवीगार पाने आणि त्यांवरचे ते भरगच्च शेंदरी झुबके. मोठा मजेदार रंगविरोध आहे.

– रा. भि. जोशी

■ **काय वानू आता** ■

काय वानू आता न पुरे हे वाणी । मस्तक चरणी ठेवीतसे ॥
थोरीव सांडिली आपुली परीसे । नेणे शिवो कैसे लोखंडासी ॥
जगाच्या कल्याणा संतांच्या विभूती । देह कष्टवीती उपकारे ॥

१४ । सुवर्णमुद्रा

भूतांची दया हे भांडवल संता । आपुली ममता नाही देही ।।
तुका म्हणे सुख पराविया सुखे ।। अमृत हे मुखे स्त्रवतसे ।।

- श्री तुकाराम

■ स्त्रिया, समाजाचे सुप्त मन ■

कोणत्याही समाजातील स्त्रिया म्हणजे त्या समाजाचे जणू सुप्त मनच होत. सामाजिक मानसातल्या शेवटच्या प्रतिकारशक्ती आणि अधिकांत अधिक चिवट कल्पना त्यांच्या ठिकाणी जतन केलेल्या असतात. म्हणून केस कापलेल्या, सिगारेट ओढणाऱ्या, मद्यसेवन करणाऱ्या, खांद्यांपासून स्तनमंडळापर्यंतचा भाग मुद्दाम उघडा ठेवणाऱ्या, खारीसारख्या चपळ, तुकतुकीत, गोजिरवाण्या आणि खेळकर स्त्रिया आम्ही जेव्हा पाहतो तेव्हा आम्हांला वाटते की आपला समाज आतूनच बदलू लागलेला आहे. ज्या समाजातील स्त्रियांची पुरुषस्पर्शाची भीड चेपली आणि अंगप्रत्यंगांच्या केवळ सूचक नव्हे तर प्रत्यक्ष प्रदर्शनाचा संकोचही दूर सारला गेला तेथे परंपरागत स्त्रीजीवनाचा धागा खंडित झाला असेच समजले पाहिजे.

- ना. ग. गोरे

■ दिवसाचे फूल ■

सरत्या दिसाची तिरपी किरणे
उन्हे जाहलेली सौम्य, क्षमाशील
सूर्य घेत आहे आवरून सारे
जाळे प्रकाशाचे आसमन्तातील
धुंद इंद्रजाल, गंधविलसिते
क्षितिजावरची गंधर्वांची पुरे
पसरत येत्या काळोखलाटांत
अवघेच आता हळूहळू विरे
कानी येत आहे सावल्यांमधून
येणाऱ्या निशेची वत्सल चाहूल
आत वळू आल्या दिशांच्या पाकळ्या
मिटाया लागले दिवसाचे फूल!

■ कसे कळले असते? ■

अकस्मात जर उमटले नसते

सुवर्णमुद्रा । १५

हे भेदक कोकिळकूजन
तर या डोंगरातल्या खेड्याला
- जिथे अद्याप बर्फही नाही वितळला -
कसे कळले असते वसंताचे आगमन?

- यूता - एक जपानी काव्यप्रकार

■ **कवितेची थोरवी** ■

मानव संसारात जशी स्त्री, मनोधर्मात जशी प्रीती, निसर्गविस्तारात जशी शोभा, मेघमंडळात जशी विद्युल्लता, तशीच शब्दविश्वात कविता होय. घराला शोभा आणि कुलाला स्थिरता देणारी गृहिणी जर कुटुंबात आद्य महत्त्वाची, तर शब्दाला रस आणि अर्थाला गोडी देणारी कविता शब्दविश्वात किती महत्त्वाची आहे! काव्याचे महत्त्व फार थोर आहे. संसारातील काव्यांश - कवीच्या हृदयास हलवणारा आणि इतरांच्या चित्तवृत्ती हरून टाकणारा भाग काढला तर संसाराचे संसारत्त्वच नष्ट झाले!

- वासुदेव बळवंत पटवर्धन

■ **खरा ज्ञानी** ■

ज्याला दुसरी माणसे समजतात तो हुषार आहे. पण ज्याने स्वत:ला ओळखले तो खरा ज्ञानी होय. जो इतरांना जिंकतो तो शूर आहे यात शंकाच नाही. पण ज्याने स्वत:ला जिंकले, स्वत:च्या वासनाविकारांवर विजय मिळवला, त्याचे शौर्य फार मोठे म्हटले पाहिजे.

- लाओ त्झु

■ **धर्म** ■

माणसाने माणसावर प्रेम करणे हा जगातला सर्वांत मोठा धर्म आहे.

- महात्मा गांधी

■ **मूर्खपणा** ■

माणसांच्या मूर्खपणाकडे मी सोशिकपणे, सहानुभूतीने पाहू शकते. पण त्या मूर्खपणाचा माणसे जेव्हा अहंकार बाळगतात तेव्हा मात्र ते माझ्या सहनशक्तीच्या आटोक्याबाहेरचे असते.

- एडिथ सिटवेल

■ रहस्य ■

मी माझे अंतिम ध्येय कसे गाठू शकलो याचे रहस्य मी तुम्हांला सांगतो. त्याचा माझ्या बुद्धिमत्तेशी फारसा संबंध नाही. माझी सारी ताकद माझ्या चिकाटीत आणि अमर्याद कष्ट करण्याच्या स्वभावात आहे.

- लुई पाश्चर

■ रम्य निसर्ग ■

टेकडीच्या बाजूला असलेल्या नदीचे विशाल निळेभोर पात्र मावळत्या किरणांत तळपत होते. शहराचा भव्य विस्तार दूरवर पसरला होता. त्यापलिकडे हिरवीगार विस्तीर्ण कुरणे होती आणि त्याच्याही पलिकडे निळे-जांभळे डोंगर निळ्या क्षितिजाशी विसावले होते. सूर्य मावळतीला टेकला होता आणि हिवाळ्यातील सूर्यास्ताच्या रंगमिश्रणाची अवर्णनीय शोभा आभाळभर विखुरली होती. पश्चिमेकडे आभाळात जांभळे सोनेरी ढग निघाले होते आणि त्यांच्या झळझळीत प्रकाशात न्हाऊन निघालेली दूरची पर्वतशिखरे एखाद्या स्वर्गीय नगरीतील मनोऱ्यांसारखी सुंदर दिसत होती.

- लुइझा एम. अलकॉट

■ उपासना ■

उपासनेला दृढ चालवावे
भूदेव संतांसि सदा लवावे
सत्कर्मयोगे वय घालवावे
सर्वांमुखी मंगल बोलवावे

- श्री समर्थ रामदास

■ आइ देवकी दाइ यशोदा ■

पहा जिवाला पडली भूली
चुकली त्याची वाट खरी
घर जरि याचे अनंतरामी
प्रपंचधामी प्रीत करी
आइ देवकी दाइ यशोदा
तिला चिकटतो हा वेडा
वर्म समजुनी कर्म करावे
प्राणी सारे भ्रम सोडा!

- कानफाट्याचे गाणे

■ साडेतीन हातांचा देह ■

हे मानवी शरीर. साडेतीन हातांचा हा जो गोजिरवाणा देह, त्यातच या सर्व कळा भरलेल्या आहेत. महाभारतासारखा ग्रंथ या साडेतीन हात शरीरातूनच निर्माण झाला. पाणिनीचे व्याकरण या साडेतीन हातांतून निघाले. हिरॉडोटसचा इतिहास साडेतीन हातांतून उत्पन्न झाला. आर्यभट्टाचे ज्योतिषज्ञान साडेतीन हातांतून उद्भवले. युक्लिडची भूमिती साडेतीन हातांत प्रकट झाली. भास्कराचार्यांची लीलावती साडेतीन हातांतून जन्मली. मयासुराची मयसभा साडेतीन हातांवरच उभारली गेली. चीनच्या अजस्त्र भिंती साडेतीन हातांतून बांधल्या गेल्या. इजिप्तचे भव्य पिरामिड साडेतीन हातांतूनच जन्म पावले. आणि ज्या ताजमहालाकडे बघून इंद्रलोकीच्या अप्सरांना निरभ्र ऋतूतील पूर्णिमांच्या बहारीच्या रात्री आग्रा शहरातील यमुनातटावर उतरण्याचा मोह पडतो तो ताजमहाल घडवणारे सर्व देहही साडेतीन हातांचेच होते.

- अच्युत बळंवत कोल्हटकर

■ किती उदास वाटते ■

टेकडीवरच्या छोट्या देवळात
राहून राहून घणघणणारे
घंटांचे सायंकालीन आवाज...
किती उदास वाटते जाणवून
की रात्रीमध्ये विलीन होते आहे
नेहमीसारखीच आजचीही सांज!

- यूता : जपानी काव्यप्रकार

■ पूर्णत्व ■

छोट्या छोट्या गोष्टींनी पूर्णत्व प्राप्त होते. पण पूर्णत्व म्हणजे मात्र छोटी किंवा क्षुल्लक गोष्ट नव्हे!

- मायकेल अँजेलो

■ चिवट ■

आमच्या घरासमोरचे
प्राजक्ताचे हे कोवळे झाड
टाकले होते मी मुळापासून उखडून
आणि फेकले होते एका कोपऱ्यात;

१८ । सुवर्णमुद्रा

पण तिथेही ते चिवटपणे रुजून
गेले आहे आता फुलांनी लगडून!

■ जुनी पत्रे ■

जुनी पत्रे वाचताना खूप गंमत वाटते. आनंदही होतो. आणि सर्वात आनंदाची गोष्ट ही की त्या पत्रांना उत्तरे लिहिण्याची जबाबदारी आपल्यावर नसते!

■ मृगजळ ■

तापलेल्या वाळूत मृगजळ नळनळ नळनळ करून वाही. कधी सुंदर सरोवर पुढे असून त्यात जललहरी चालल्या आहेत असा भास होई. कधी नदीचा प्रवाह वाहात आहे असं वाटे. कधी अथांग पाणी तुडुंब भरलं आहे, त्याच्या काठी सुंदर राया आहेत, त्यांचं प्रतिबिंब जलात पडलं आहे किंवा जलाशयाच्या काठी सुंदर नगरी असून तिची गोपुरं, प्रासाद, सौध जलात चित्रित झाले आहेत असा देखावा दिसू लागे. जवळ जाऊन बघावे तो काय? जल नाही. लहरी नाहीत. जलाशय, सरोवर, नदीचा प्रवाह, गंधर्वनगरी काही नाही. तापलेली वाळूच फक्त!

- र. वा. दिघे

■ भुकेचा उखाणा ■

भूक आभाळाची छाया भूक शेषाची ग फणा
ऋषीमुनींना सुटेना असा भुकेचा उखाणा!
भूक पापाची पखाल भूक वैराग्याची झोळी
भूक भल्याची भाकरी भूक अधाश्याची पोळी
भूक दुबळ्याचे बळ भूक बळवंता शाप
भूक वितीच्या उंचीची भूक वेडी आडमाप
भूकबाईच्या हाताने हाले जगाचा पाळणा
ऋषीमुनींना सुटेना असा भुकेचा उखाणा!

- ग. दि. माडगूळकर

■ मांजराचे पिल्लू ■

मांजराच्या छोट्या पिल्लाच्या पुढ्यात एखादा कागदाचा बोळा किंवा लहानसा चेंडू ठेवावा आणि दुरून त्याच्याकडे पाहात राहावे. ते पिल्लू प्रथम सावधपणे ती वस्तू न्याहाळते. कान टवकारून आणि डोळे अर्धवट किलकिले करून ते तिचा

सुवर्णमुद्रा । १९

नीट अंदाज घेते. लवकरच त्याच्या रक्तातल्या नैसर्गिक शिकारी प्रवृत्ती जाग्या होतात. जगातला सारा धूर्तपणा त्याच्या थरथरणाऱ्या लालचुटूक नाकपुड्यांच्या टोकाशी येऊन बसतो. त्याचे डोळे क्रूरपणे चमकू लागतात. ते आपले पोट भुईसपाट टेकवते, शेपटी ताठ करून व पुढचे दोन्ही पंजे लांबवून शिकारीचा पवित्रा घेते आणि मग डोळ्याचे पाते लवते न लवते तोच विजेच्या चपळाईने ते पुढ्यातल्या त्या वस्तूवर झेप घेते. पण तेवढ्यात काय होते कुणास ठाऊक! दुसऱ्याच कुठल्यातरी गोष्टीकडे त्याचे चित्त आकृष्ट होते. एकदम उलटे कोलमडून ते मागे पडते आणि वेड्यासारखे हेलपाटत दूर कुठे तरी निघून जाते!

■ ईर्ष्या ■

जपानचे औद्योगिक शिष्टमंडळ भारतात आल्यावर बिहारला गेले. तिथल्या कच्च्या मालाच्या खाणी, गंगेचे पाणी, विपुल मनुष्यबळ हे सर्व पाहिल्यानंतर त्यांची आणि लालूप्रसाद यादव यांची गाठभेट झाली. शिष्टमंडळाने लल्लूजींना ऑफर दिली. 'हे पहा, तुमचा बिहार पाच वर्षे आमच्या ताब्यात द्या. आम्ही बिहारचा जपान करून दाखवू!'

'हां. ठीक तो है' लल्लूजी म्हणाले, 'तुमचा जपान फक्त पाच दिवस माझ्या ताब्यात द्या. मी सुद्धा जपानचा बिहार करून दाखवीन!'

■ उपवनाचे सौंदर्य ■

तेथे चंदन पारिजात। देवदार केतकी सुपुष्पित
तुलसीवने सुशोभित। दवनेवने घमघमती ॥
सरिता सरोवरीची पै जळे। पद्मगंधे सुशीतळे
रातोत्पळे नीळोत्पळे। सीतोत्पळे कनकाची ॥
तेथे राजहस कारंडक। चकोर सारस चक्रवाक
करींद्र करिणी करिशावक। स्वेच्छा करित जलक्रीडा ॥
मयूर गर्जती किंकारे। कोकिळा गर्जती पंचमस्वरे
षट्पद बोलती झुंकारे। आणि कपोते कूजती ॥
सदा सर्वदा पुष्पी फळी। वृक्ष लवती भूमंडळी
जैसा कुलीन ऐश्वर्यकाळी। विनये भजे सर्वांते ॥

- कविवर्य मुक्तेश्वर

■ विस्मरण ■

चरावया बैल रानात निघाले

२० । सुवर्णमुद्रा

क्षण विसरले धन्यास ते
आखाड्यात मल्ल झुंजाया लागले
क्षण विसरले देहभान
रांगत हे बाळ अंगणात आले
घरचे कुठले भान तया?
संसारात देवा मला तू सोडिले
स्वाभाविक झाले विस्मरण!

- वा. भा. पाठक

■ न परवडणारा आदर्शवाद ■

आज असेही लक्षात येत आहे की सर्वसामान्य लोकांची करमणुकीची गरज बरीच वाढलेली आहे. त्यांच्या दृष्टीने नव्या जगात जशी अनेक उपभोगाची साधने येत आहेत तसे साहित्य हेही चार घटका मौज करण्याचे साधन आहे. वाचकांची ही अपेक्षा बऱ्याच लेखकांनीही मान्य केली आहे. प्रत्येक गोष्टीचे चटपटीत सुलभीकरण करून आणि आपणच पूर्वी हाताळलेल्या तंत्रमंत्राचा वापर करून लेखक आपापल्या प्रकाशकांच्या मागण्या पुरवीत असतात. आजच्या आपल्या वास्तववादी, व्यवहारवादी विचारसरणीत मूल्यांची झालेली ही उलटापालट आपल्याला खटकतही नाही. उगाच न परवडणारा आदर्शवाद काय कामाचा असे बहुतेकांचे म्हणणे दिसते!

- डॉ. सरोजिनी वैद्य

■ पैशाचा उपयोग ■

पैशामुळे हाती सत्ता येते आणि पैसा व सत्ता या गोष्टींमुळे आपण स्वत: सुखी होतो, येवढेच नव्हे तर ज्यांच्यावर आपले अत्यंत प्रेम आहे, त्यांच्यासाठी आपण खूपसे काही करू शकतो.

■ या देहातच ■

या देहातच महासागरा
येते भरती
आणि इथे नवलक्ष तारका
झळझळ करती

- सन्त कबीर

सुवर्णमुद्रा । २१

■ **शांततावादी** ■

माणसाचा कल साहजिकच स्वस्थ जीवनाच्या वाटा शोधण्याकडे असतो. आंतरराष्ट्रीय कलह, वर्गीय कलह, वर्णकलह, जातीय कलह इत्यादी कलहांनी जर्जर झालेल्या जगामध्ये अशा प्रकारचे विधान करणे अवास्तव वाटेल. पण अवास्तवतेचा आरोप पत्करूनही मला असेच म्हणावेसे वाटते की, जात्या मनुष्य हा स्वास्थ्यप्रिय, शांततावादी प्राणी आहे. पूर आलेल्या नदीचे पाणी काही काळ पिसाटाप्रमाणे सैरभैर पसरते. पण काही काळाने खाचखळग्यांतून निवारा शोधून ते शांत होते, तोच प्रकार मनुष्यांच्या बाबतीतही घडतो. परिस्थिती कशीही अडचणीची, तंग, खुपणारी असो, तशाही परिस्थितीतल्या नरम जागा शोधून काढून त्यांच्या आसऱ्याने आपली जीवितयात्रा शक्य तितकी सुखदायक करण्याचे प्रयत्न माणसे तातडीने करू लागतात.

- ना. ग. गोरे

■ **साहित्य** ■

साहित्य म्हणजे मर्त्य शब्दांना लाभलेले अमरपण !

■ **कला** ■

सर्व कला ही केवळ निसर्गाचे अनुकरण करत असते.

- सेनेका

■ **हे चंद्रा** ■

हे चंद्रा!
मी तुझ्याकडे टक लावून पाहातो आहे
माझ्या मनात येते...
हेच तुझे किरण तिलाही कुरवाळीत असतील
आणि माझे दु:ख जरासे हलके होते.

- चिनी प्रेमगीत

■ **दोन्ही एकदम!** ■

'मला भूक तर लागली आहे. आणि व्यायामही करायचा आहे. वेळ तर अगदी कमी आहे...कसं जमायचं हे सारं?' नुकतंच लग्न झालेल्या एका नवऱ्याने त्रासिकपणे म्हटले.

त्यावर पत्नी किंचित हसून कौतुकाने म्हणाली, 'सध्या कसली अडचण नाही.

सहज जमेल हे तुम्हाला. ही चकली खा, त्यामुळे भूकही भागेल आणि चकली चांगली कडक असल्यामुळे ती खाताना पुरेसा व्यायामही घडेल!'

■ सावधान! ■

तुम्हाला जर मानसिक शांतता हवी असेल तर या बाबतीत सावध राहा. तुम्ही कुणाबद्दल बोलता आहात, कुणाशी बोलता आहात, कसे बोलता आहात, केव्हा बोलता आहात आणि कुठे बोलता आहात — याची बोलताना पूर्ण काळजी घ्या.

■ महाग ■

सत्य ही अत्यंत महाग आणि दुर्मिळ गोष्ट आहे. म्हणून बोलताना तिचा वापर अगदी जपून, बेताबेताने करा!

- मार्क ट्वेन

■ सौंदर्य ■

खरे सौंदर्य हे कधीही नाश पावत नाही. ते मृत होते त्यावेळी एका वेगळ्या सौंदर्यात ते अवतरत असते.

■ इवले ■

पाण्याचे इवले इवले थेंब
वाळूचे इवले इवले कण
त्यांचाच होतो थोर सागर
त्यांचेच होते मोठे मैदान!

■ फरक ■

प्रश्न विचारून आपले अज्ञान दूर करू बघणारा माणूस हा पाच मिनिटांपुरताच अडाणी असतो. पण जो मुळी प्रश्नच विचारत नाही तो जन्मभर अडाणी राहातो.

- चिनी म्हण

■ भाषा मराठी ■

जैसी हरळांमाजि रत्नकिळा
कि रत्नांमाजि हिरा निळा
तैसी भाषांमाजि चोखळा । भाषा मराठी ॥
जैसी पुष्पांमाजि पुष्प मोगरी

किं परिमळांमाजि कस्तुरी
तैसी भाषांमाजि साजिरी । मराठिया ॥
पखियांमधे मयोरू
वृखियांमधे कल्पतरू
भाषांमधे मानु थोरू । मराठियेसि ॥
तारांमध्ये बारा राशी
सप्त वारांमाजि रवि शशी
यां दीपिचेयां भाषांमध्ये तैसी । बोली मराठिया ॥

- फादर स्टीफन्स - ख्रिस्तपुराण

■ **ईश्वराचे शासन?** ■

ईश्वर आपल्या गुन्ह्यांबद्दल आपल्याला शासन करतो असे मानणे चुकीचे आहे. आपण एखादा गुन्हा करतो त्याच क्षणी आपण आपल्यालाच शासन करण्यास प्रारंभ करतो.

■ **धिटाई** ■

एखादे मांजर देखील राजाकडे धीट नजरेने बघू शकते!

■ **आधी बीज एकले** ■

आधी बीज एकले । बीज अंकुरले । रोप वाढले ।
एका बीजापोटी । तरू कोटी कोटी । जन्म घेती सुमने फळे ।
व्यापुनी जगता तूहि अनन्ता, बहुविध रूपे घेसी घेसी । परि अन्ती ब्रह्म एकले!

- शान्ताराम आठवले

■ **पौर्णिमेचे चांदणे** ■

पौर्णिमेचे हसरे चांदणे नदीच्या पाण्यावर नृत्य करत होते. एकाच वेळी हजारो गोपींच्या घरी दिसणाऱ्या श्रीकृष्णाप्रमाणे चंद्रबिंब प्रत्येक लाटेच्या हृदयात प्रतिबिंबित झाले होते.

- वि. स. खांडेकर

■ **पऱ्यांचा जन्म** ■

जगात जन्माला आलेले पहिले बाळ जेव्हा अगदी पहिल्यांदा हसले तेव्हा ते

२४ । सुवर्णमुद्रा

हसू लक्षावधी तुकड्यांत फुटून सर्वत्र विखुरले. ते सारे तुकडे आनंदाने नाचत खिदळत सगळीकडे पसरले. आणि त्या तुकड्यांतून पऱ्यांचा जन्म झाला.

- जे. एम. बॅरी

■ रंग रंग ■

सायंसूर्याचे कलते सौम्य ऊन यावेळी पठाराच्या उंच सखल भागांवर सर्वत्र पसरले होते. त्या तिरप्या तकतकीत उन्हात पठारावरील रेताळ मातीचा कुठे तांबूस, कुठे अंजिरी तर कुठे पिवळा रंग; पठारावर उगवलेल्या गवताचा कुठे हिरवा, कुठे करडा तर कुठे गेरवा रंग; टेकड्यांवरील पाषाणांचा कुठे काळसर, कुठे जांभळा तर कुठे लाल रंग व निरनिराळ्या प्रकारच्या झाडांचा कुठे पोपटी, कुठे गर्द हिरवा तर कुठे निळसर रंग अशा नाना प्रकारच्या रंगछटा खुलून दिसत होत्या. व पश्चिमेकडील क्षितिजावर यावेळी जे पांढरे, काळे, भस्मी, गुलाबी आणि पिवळसर रंगाचे ढग सुस्तपणाने जागोजाग थबकले होते तेही सर्व सूर्यप्रभेने उजळून गेलेले असल्यामुळे द्यावापृथिवीच्या वेषभूषेत एक विचित्र रंगसंगती उत्पन्न झाली होती.

- ग. त्र्यं. माडखोलकर

■ बदल ■

परिस्थिती बदलत नाही. बदलतो ते आपण.

- थोरो

■ स्त्री ■

एक पर्शियन कवी म्हणतो, ‘जगाच्या प्रारंभकाळी अल्लाने एक गुलाब, एक कमळ, एक कबूतर, एक सर्प, थोडासा मध, एक सफरचंद आणि मूठभर चिखल घेतला. या साऱ्यांचे जेव्हा त्याने मिश्रण केले तेव्हा त्यातून स्त्री निर्माण झाली !’

■ दु:खाचे पक्षी ■

दु:खाचे पक्षी तुमच्या माथ्यावर आभाळात उडत असतील तर उडू द्या. त्याला काही तुमचा इलाज नाही. पण त्या पक्ष्यांना तुमच्या डोक्यावरील केसांत घरटी मात्र बांधू देऊ नका. ते तुमच्या हातात आहे.

■ क्षितिजावरचे स्वप्न ■

मला वाटतं, आपणा सर्वांनाच दूर क्षितिजावर कुठे तरी एक स्वप्न दिसत असतं. त्याचा वेध घेऊन आपण पुढे पुढे जात असतो. असं दूरस्थ स्वप्न आपल्याला

हुरहूर लावतं, अस्वस्थ, असमाधानी ठेवतं. पण तेच आपल्याला जगण्याची प्रेरणा देत असतं. त्या स्वप्नासाठीच रोज सकाळी आपण उत्साहाने झोपेतून जागे होतो. निदान मी तरी. मला जाग येते ती याच विचारानं — अजूनही काही तरी अनपेक्षित, अभूतपूर्व, सुंदर, अद्‌भुत घडणार आहे. लौकरच, कदाचित आज देखील !

- सोफाया लॉरेन

■ हवेतले किल्ले ■

तुम्ही सतत हवेमध्ये किल्ले बांधत असता ना ? काही हरकत नाही. ते तुमचे कष्ट वाया जाणार नाहीत, किल्ले हवेतच बांधायला हवेत. आता फक्त जमिनीत त्या किल्ल्यांसाठी पाया खणायला सुरुवात करा.

- हेन्री डेव्हिड थोरो

■ कलावंताची प्रार्थना ■

परमेश्वरा, मला एकच वरदान दे. मला जे साधले आहे त्यापेक्षा सतत काही तरी अधिक साध्य करण्याची माझ्या मनात सदैव इच्छा असावी!

- मायकेल अँजेलो

■ दुरून दिसणारी पृथ्वी ■

चंद्रावर पाऊल ठेवल्यावर मी दुरून पृथ्वीकडे पाहिले आणि त्या दृश्याने माझे मन पूर्णपणे हेलावून गेले. तो एक अद्वितीय, आध्यात्मिक अनुभव होता. पृथ्वी किती सुंदर दिसत होती. पाहिल्यावर असे वाटत होते, तिथे किती शांतता आहे. झगडा, तंटा, बखेडा, शत्रुत्व यांना तिथे लेशभरही स्थान नाही. पांढुरक्या ढगांनी वेढलेले ते माझे स्वप्नातले घर आहे. त्या क्षणी सारी पृथ्वी माझी आणि मी साऱ्या पृथ्वीचा झालो!

- सहावा चंद्रवीर एडगर मिचेल

■ कुणी न ज्याचे ■

लीनपणे जो जगे तयाला
पतनाचे भय कधीच नाही
कुणी न ज्याचे, देव तयाचा
सदैव सहचर होउन राही
मूठपसा जे मिळेल येथे
तृप्त त्यात मी सदा असावे

तुझ्या कृपेच्या सावलीत रे
सार सुखाचे मला दिसावे
चिरंतनाचा यात्रिक मी तर
मला कशाला पार्थिव ओझे?
स्वर्गामधले असीम वैभव
उद्या व्हायचे आहे माझे!

- ख्रिस्ती प्रार्थनागीत

■ शनिवारवाड्यातील भोजनसिद्धता ■

मुदपाकखान्यात पाटरांगोळ्यांची सिद्धता होऊन श्रीमंतांच्या भोजनाची तयारी झाली होती. कित्येक वैदिक, शास्त्री, पंडित वगैरे निवडक विद्वान पाटांवर बसून श्रीमंतांची मार्गप्रतीक्षा करीत होते. स्नानगृहात चांदीच्या गंगालयातून ऊष्णोदक काढून शागीर्द लोक स्नानाला पाणी देण्याकरिता उभे राहिले होते. कोणी निरनिराळ्या रंगांचे पीतांबर घेऊन व कोणी धूतवस्त्रे घेऊन तिष्ठत होते. एका शागीर्दाच्या हातात चांदीच्या वाटीमध्ये केशरी गंध, गंध लावण्याची सोन्याची साखळी आणि दुसऱ्या हातात तिलक लावण्यासाठी कस्तूरी कालवलेली होती. दुसऱ्या एका शागीर्दाच्या हातात चांदीची दोन मोठी तबके होती. त्यांमध्ये, एकात बेल आणि एकात तुळशी व फुले भरलेली असून तो ती घेऊन देवघराजवळ उभा होता. श्रीमंत स्नानसंध्या करून देवघरात देवदर्शनाला आले म्हणजे फुले, तुळशी, बेल त्याने श्रीमंतांच्या हातांत द्यावा आणि श्रीमंतांनी ती सर्व देवास समर्पण केल्यानंतर मग उपाध्येबोवांनी महानैवेद्य दाखवावा असा नियम होता.

- बळवंत मनोहर पंडित

■ पृथ्वी : चंचल प्रणयिना ■

एकच वेळी शतभूपांवर भोगाची जी करी कृपा
पती तियेचा म्हणवुन घेता काय थोरवी तया नृपा?
एक तिचा जरि अंश लाभला गमे धन्यता जयांप्रती
खेदच व्हावा तरी हर्षती, मूर्ख किती तर ते नृपती!

- संस्कृत सुभाषित

■ आत्मप्रत्यय ■

केवळ काही जुन्यापुराण्या हस्तलिखित पोथ्यांचा आधार आहे, येवढ्याचसाठी कशावरही अंधपणाने विश्वास ठेवू नका. तुमची सारी जात विश्वास ठेवते आहे म्हणून

सुद्धा कशावरही विश्वास ठेवू नका किंवा बाळपणापासून विश्वास ठेवण्याचे वळण मिळाले आहे म्हणूनही एखाद्या गोष्टीवर विश्वास ठेवू नका. स्वत: सारासार विचार करा. आणि असे विश्लेषण केल्यानंतर जर तुम्हाला दिसेल की ती गोष्ट सर्वांच्याच दृष्टीने हितकारी व चांगली आहे तरच तिच्यावर विश्वास ठेवा. तदनुरूप वर्तन करा आणि इतरांनाही तसे वागण्यासाठी मदत करा.

- भगवान गौतम बुद्ध

■ अंतिम इच्छा ■

डॉक्टर पेशंटला गंभीरपणे म्हणाले, 'सांगायला वाईट वाटते. तुम्ही आता फार तर एखाद्याच दिवसाचे सोबती आहात. मरणापूर्वी काही हवं असल्यास सांगा. तुमची काही इच्छा आहे?'

'आता डॉक्टर बदलून पाहावा असं मला फार वाटतं' क्षीण स्वरात पेशंटने सांगितले.

■ बगळे ■

शांत संध्याकाळ, हळूहळू उतरणारी रात्र, स्तब्ध आसमन्त
मी पाहिले एक तळे, काळेभोर, आरशासारखे शांत
पलिकडे उंच निमुळते वृक्ष, दाटीवाटीने उभे
आपले शुभ्र प्रतिबिंब पाण्यामध्ये निरखीत
आणि तीस शुभ्र बगळे तळ्यावर तरंगणारे
तीस बगळे, शांत संध्याकाळ, दाटत चाललेली रात्र
हालचाल विसरून थांबलेले वृक्ष, काळेभोर निश्चल तळे
शुभ्र, विलक्षण शुभ्र तळ्यावर तीस बगळे!

- ज्यूडिथ राइट

■ रवींद्रनाथांची चित्रकला ■

कविवर्य रवींद्रनाथ टागोर यांची प्रकृती स्वच्छंदी, निरागस, हळवी होती. म्हणूनच की काय, याच वृत्तीचा भास त्यांच्या चित्रांतही क्षणोक्षणी प्रत्ययास येतो. त्यांच्या चित्रात कोणताही विशिष्ट आविर्भाव नाही, कोणत्या तंत्राचा बडेजाव नाही किंवा त्यामागे कोणतेही विशिष्ट तत्त्वज्ञान नाही. जणू एखाद्या बालकाने स्वत:च्या वेड्यावाकड्या बोलांमध्ये जमवलेले, स्वत:शीच गाइलेले आणि स्वत:च एकतान होऊन ऐकलेले एक लहानसे गीतच! त्याला तुम्ही काव्य म्हणा, संगीत म्हणा किंवा काहीही म्हणू नका. सुख वाटत असेल तर ऐका नाही तरी वेडा आहे म्हणून सोडून द्या.

- प्रसिद्ध चित्रकार बाबूराव सडवेलकर

■ मुकाट ■

रुळत्या केसांची गाठ सैलसर
उंच मानेवर खाली झुकलेली
कुरळ्या केसांची कुशल रचना
गोऱ्या भाळावर - जरा चुकलेली
तुझ्या मागोमाग मुकाट चालता
भ्रमिष्ट पावले संथ थकलेली
हजार फुलांच्या फुलत्या ऋतूत
तिच्या लावण्याची कळा सुकलेली!

- एक चिनी कविता

■ अत्रे : समकालीनांच्या नजरेतून ■

अत्रे म्हणजे सोसाट्याचा वारा. अत्रे म्हणजे पर्वताच्या कड्यावरून धडाडी धावणारा प्रचंड गंगौघ. अत्रे म्हणजे जिवंतपणा. अत्रे म्हणजे जयापजयाची फिकीर न करता मरेन किंवा मारीन अशा हिरीरीने केलेले युद्ध. अत्रे म्हणजे बुधवारातून कर्कश आवाज करीत जाणारी भलीमोठी बेफाम मोटार. अत्रे म्हणजे आपल्या दोन चिमुकल्या मुलींशी खेळणारा प्रेमळ प्राणी. अत्रे म्हणजे जाग्रण आणि अत्रे म्हणजे सकाळी लौकर उठून सर्व वृत्तपत्रे चाळून दुनियेशी समरस होणारी थोर व्यक्ती. अत्रे म्हणजे रोज हजार सह्या करणारे यंत्र. अत्रे म्हणजे गप्पा, चहा, सिगरेट. अत्रे म्हणज काका लिमये. अत्रे म्हणजे ज्ञानप्रकाश. अत्रे म्हणजे हशा आणि टाळ्या.

- प्र. श्री. कोल्हटकर

■ नाटकनिर्मिती ■

नाटकनिर्मिती ही माणसाला बेहोष करणारी, सारं काही विसरायला लावणारी प्रक्रिया असते. एक नवं विश्वामित्री जग तिथे कलेकलेने उगवत असतं. कागदाचं एकेक निर्जीव पान चैतन्यमय होऊन प्रत्यक्षात अवतरत असतं. अक्षरांच्या अवगुंठनात दडलेले विविध स्वभावनांचे झोत देहधारी होऊन वास्तवात उभे राहात असतात.

- वि. वा. शिरवाडकर

■ परपुरुषाचे सुख ■

परपुरुषाचे सुख भोगे तरी ।
उतरोनि करी घ्यावे शीस ॥

सुवर्णमुद्रा । २९

संवसारा आगी आपुलेनि हाते ।
लावुनी मागुते पाहू नये ॥
तुका म्हणे व्हावे तयापरी धीट ।
पतंग हा नीट दीपावरी ॥

- श्री तुकाराम

■ कळपाचे नियम ■

कळपात राहून कळपाचे नियम मोडणाराला माणसे निष्ठुर शासन करतात. समाज त्याचे प्रत्यक्ष वाभाडे काढत नसेल पण तो त्याला समाजात वावरणे अशक्य करून सोडतो. वेगळ्या वाटेने जाणाऱ्या माणसांची हलकेहलके पण अगदी पद्धतशीर रीतीने हकालपट्टी केली जाते. तो माणूस फारच ताकदवान असेल तर इतर लोक त्याचे काही वाकडे करू शकत नाहीत. मग नाइलाजाने ते त्याला आपल्यात सामावून घेतात. वेळप्रसंगी त्याच्यापुढे लोचटपणा करतात. लाचारीही पत्करतात. पण या साऱ्यामागे एक स्वच्छ नकार, झिडकार दडलेला असतो. माणसाच्या या दुटप्पी वर्तनापेक्षा कळपाचे नियम न पाळणाऱ्या पशूंचा किंवा पक्ष्यांचा सजातियांनी केलेला क्रूर वध अधिक दयाळूपणाचा आहे असे वाटत नाही का?

■ सुख ■

आपले विचार, बोलणे आणि प्रत्यक्ष कृती यांमध्ये एकमेळ, सुसंवाद असणे हे खरे सुख आहे.

■ माझा आग्रह ■

कालचक्राच्या तीक्ष्ण दात्यांवर जीवन क्षणोक्षणी घासले जाते आणि त्याचे स्वरूप पावलोपावली बदलते. हे मला ठाऊक आहे. त्या बदलांना माझा विरोध नाही. पण जुन्यातले जे चांगले असेल, ज्याच्याशी पिढ्यान् पिढ्या आपल्या भावना निगडित झाल्या असतील, आपल्या संस्कृतीचे वैशिष्ट्य ज्यात प्रतिबिंबित झाले असेल अशा गोष्टींचा त्याग करायला मी तयार नाही. पोटासाठी नाइलाजाने मला शहरात राहावे लागते, तरी माझ्या टीचभर अंगणात सकाळच्या वेळी सडासंमार्जन करून मुलींनी रांगोळीची दोन बोटे काढली की मला बरे वाटते. अशा अंगणात वृंदावनाला जागा नसली तर कुठे ना कुठे एखादी कुंडी ठेवून तीत तुळस लावली पहिजे असा हट्ट धरल्याशिवाय मी राहणार नाही. भाऊबीजेची ओवाळणी घालायला

३० । सुवर्णमुद्रा

मला सख्खी बहीण नाही, पण कुणा ना कुणा नात्यातल्या बहिणीची आठवण केल्यावाचून, तिला ओवाळणी पाठविल्यावाचून माझे त्या दिवशी समाधान होत नाही.

- वि. स. खांडेकर

■ उठा उठा हो सकळिक ■

उठा उठा हो सकळिक । वाचे स्मरावा गजमुख
ऋद्धिसिद्धींचा नायक । सुखदायक भक्तांसी
अंगी शेंदुराची उटी । माथा शोभतसे कीरिटी
केशर कस्तुरी लल्लाटी । हार कंठी साजिरा
कानी कुंडलांची प्रभा । चंद्रसूर्य जैसे नभा
माजी नागबंदी शोभा । स्मरता उभा जवळी तो
कासे पीतांबराची धटी । हाती मोदकाची वाटी
रामानंद स्मरता कंठी । तो संकटी पावतो

- रामानंद

■ जुने मित्र ■

जुन्या मित्रांचा एक असा फायदा आहे की त्यांच्या सहवासात आपण वाटेल तसे मूर्खासारखे बोलू किंवा वागू शकतो.

- राल्फ वॉल्डो इमर्सन

■ नीति-अनीती ■

रणांगणावर जाणारे सैनिक नीतीची मर्यादा पाळू शकत नाहीत. मोठ्या पुण्याच्या पोटात लहान पापे दडून जातात. विशाल ध्येयाकडे ज्यांची जीवने वाहात असतात त्यांना लहान व्यावहारिक ध्येयाकडे लक्ष देण्यास अवसर राहात नाही. तशी अपेक्षाही करणे चूक आहे. समाजाच्या किंवा राष्ट्राच्या रक्षणासाठी जे आपल्या जीवनावर निखारा ठेवायला सिद्ध होतात, त्यांच्या सुखासाठी समाजानेही आपले पाश सैल केले पाहिजेत.

- वि. वा. शिरवाडकर

■ मैत्री ■

नि:स्वार्थी आणि निरपेक्ष मैत्री ही या जगामधली एक अत्यंत दुर्मिळ आणि सुंदर अशी गोष्ट आहे. तिचा लाभ ज्यांना झाला आहे ते भाग्यवान म्हणायला हवेत.

■ खरा मित्र ■

'तुला माझ्या लग्नाचं आमंत्रण मिळालं ना?'

'हो, मिळालं की!'

'मग लग्नाला येणार आहेस ना?'

'येणार तर! आपल्या मित्राच्या संकटकाळी धावून जाणे हे तर खऱ्या मित्राचं कर्तव्य आहे!'

■ शोभिवंत फूलपात्री ■

शोभिवंत फूलपात्री । ठेवियली फुले दोन
कुणी रचनाकुशले । आणिली जी निवडून
मरणाच्या दारी झाल्या । अनोळखी गाठभेटी
धीर देती एकामेका । बोलूनिया गुजगोष्टी
सहवासी विकासाचे । भाग्य नाही भाळी आले
एका जागी कोमेजू हे । सुख काय कमी झाले?
सहजाला सजवावे । सुंदरास शोभा द्यावी
तुझ्या माझ्या जीवनाची । हीच पूर्तता असावी

– के. नारायण काळे

■ फरक ■

पुरुषाला अनेक गोष्टी सांगितल्या तरी तो या कानाने ऐकतो आणि त्या कानाने सोडून देतो. बायका मात्र दोन्ही कानांनी ऐकतात आणि ते सारे तोंडाने सोडून देतात!

■ शांती आणि उन्माद ■

शांती आणि उन्माद यांचे या भ्रमणात किती तरी रूपांनी मला दर्शन झाले. धरित्रीच्या अंगावर उभ्या राहिलेल्या रोमांचासारखी भासणारी हिरवळ आणि आपल्या पुष्ट दंडांनी आकाश सावरण्याकरिता गर्वाने उभे असलेले देवदार वृक्ष! आशीर्वादाच्या वेळी पुरोहितांनी गंगाजळाने प्रोक्षण करावे तशी वाटणारी पावसाची झिमझिम आणि प्रलयकाळच्या प्रचंड लाटांची आठवण करून देणाऱ्या त्याच्या हत्तीच्या सोंडेसारख्या धारा! करंगळीवर पळभर बसले तर जणू काही चिमुकली रत्नजडित अंगठीच घातली आहे असा पाहणाराला भास उत्पन्न करणारे सुंदर चिमणे फूलपाखरू आणि घोड्यासकट सैनिकाला गिळून टाकून झाडाला विळखा घालीत त्यांचा चुराडा करणारा भयंकर अजगर! देवालयांची उत्तुंग गोपुरे आणि गणिकांची मनोहर मंदिरे!

तीन तीन पुरुष उंचीचे वीरांचे पुतळे आणि डोंगराच्या अंतरंगात कोरलेल्या रमणींच्या मोहक आकृती!

- वि. स. खांडेकर : ययाती

■ सांजवेळ झाली ■

सांजवेळ झाली । दिवा वसरीबाईला
आता माझं बाळ । सोडी वासरू गाईला ॥
सांजवेळ झाली । जात्या तुझी घरघर
लक्षुमी सांगते । आरे खटल्याचं घर ॥
- पारंपरिक ओव्या

■ वादळे ■

जितकी अधिकाधिक वादळे अंगावरून जातात तितकी ओक वृक्षांची पाळेमुळे जमिनीत अधिकाधिक खोलवर शिरतात.

■ व्यर्थ ■

आपले प्रेम वाया गेले असे कधीही म्हणू नका. उत्कटपणे, अंत:करणपूर्वक केलेले प्रेम कधीही व्यर्थ जात नाही.

■ ग्रंथासारिखा नाही गुरू ■

ग्रंथ हे गुरू आहेत. ते सर्व काही चांगले शिकवतात. ते कधी अंगावर ओरडत नाहीत. ते कधी काठीला हात लावत नाहीत. ते शिकवण्याबद्दल गुरुदक्षिणा मागत नाहीत. त्यांच्यापाशी केव्हाही जा, ते सदा जागृत असतात. कधी झोपी जात नाहीत. त्यांना काही विचारा, त्यांची सांगावयाची तयारी असते. ते कधी अंगचोरपणा करीत नाहीत. त्यांच्या उत्तरांचा अर्थ तुम्ही भलताच केला तरी ते कधी रागावत नाहीत. तुम्ही त्यांच्यापुढे मूर्खपणा केला तरी ते तुम्हाला कधी हसत नाहीत. तुम्ही त्यांना हसला तरी ते खिजत नाहीत. ते जेवायला अन्न, पांघरायला वस्त्र मागत नाहीत. ठेवाल तेथे गुपचूप बसतात. काही प्रश्न विचारायला तुम्ही हाक मारलीत की 'ओ' तयार! कुठे बरोबर न्यायचे असल्यास त्यांचे बोचके बांधावे. त्यालाही त्यांची ना नाही!

- विनायक कोंडदेव ओक

■ बाळंतपण - पुरुषी दृष्टिकोन ■

हाताखालि सुईण, ते रगडणे, अंगास ते लावणे

सुवर्णमुद्रा । ३३

ते न्हाणे, किती शेकणे, सतत ते बाजेवरी लोळणे
डिंकाचे किति लाडु फस्त करणे, ते तूप, ते खोबरे
सारा पाहुन थाट वाटत मना बाळंत होणे बरे!

— विश्वनाथशास्त्री कात्रे

■ **कवितारस** ■

कवितारस झडकरि मनात यावा
पुण्याचा ठेवा
दाता परि नीरस काय करावा?
जन मार्मिक व्हावा.

— शाहीर रामजोशी

■ **सुख** ■

प्राणी जितका खालच्या स्तरावर असेल तितके त्याचे सुख इंद्रियांशी अधिक
निगडित असते. प्रत्येक देशात खालच्या पातळीवरचा मानव इंद्रियजनित सुखात
अधिक रममाण झालेला असतो. वरच्या पातळीवर वावरणारा सुशिक्षित आणि
सुसंस्कृत माणूस मात्र कला, तत्त्वज्ञान, विज्ञान, साहित्य, संगीत इत्यादींमध्ये
आपला आनंद शोधतो. कारण तो आनंद हेच उच्च प्रकारचे सुख असते.

— स्वामी विवेकानंद

■ **असे हसावे** ■

असे हसावे की ज्यामुळे आपले हसे होणार नाही. असे बोलावे की ज्यामुळे
आपण लोकांना प्रिय व्हावे. असे जगावे की ज्यामुळे यश प्राप्त होईल आणि असे
मरावे की ज्यामुळे पुन्हा जन्मच घ्यावा लागणार नाही!

■ **विनवणी** ■

दुर लाजुन पळतेस कशाला?
का म्हणतेस तू 'नका-नका'?
घडेल तेव्हा संग घडो पण
तूर्त एक घेउ दे मुका!

— पारंपरिक लावणी

३४ । **सुवर्णमुद्रा**

■ आर्थिक स्वातंत्र्य ■

आयुष्यात फार लौकर मला समजून आले की आर्थिक स्वातंत्र्य ही इतर अनेक प्रकारच्या स्वातंत्र्यांची गुरुकिल्ली आहे. ते जणू आपले एक सहावे इंद्रिय आहे. आणि या एका इंद्रियाचा जर अभाव असेल तर बाकीची पंचेंद्रिये कार्यक्षम असूनही ती निरुपयोगी ठरतात.

– सॉमरसेट मॉम

■ नाही ■

विद्येपरी मित्र अनन्य नाही
चिंतेहुनी शत्रु बलिष्ठ नाही
अपत्यस्नेहापरि स्नेह नाही
दैवापरी नाहि अजिंक्य काही

– संस्कृत सुभाषित

■ व्यवहारचातुर्य ■

कडूगोड, बरंवाईट, शुभअशुभ, सुष्टदुष्ट, सज्जनदुर्जन या सगळ्यांना स्थान आहे या जगात. या सगळ्यांचा उपयोगही आहे थोडाबहुत. तो प्रसंगानुसार तारतम्यानं आणि सावधपणानं करून घेणं यालाच व्यवहारचातुर्य म्हणतात. जगात वर्ज्य किंवा त्याज्य असं काहीही नाही हे ओळखून जो वागेल तोच यशस्वी होईल जीवनात!

– ग. त्र्यं. माडखोलकर

■ केव्हा ■

पोलिस – अरे, येवढासा बारा वर्षांचा मुलगा तू, आणि खुशाल खिसेकापूचा धंदा करायला लागलास?

मुलगा – मग कोणत्या वयात सुरुवात करायची असते?

■ जनीचा सखा ■

तुळशीचे बनी । जनी उकलीत वेणी
हाती घेवोनिया लोणी । डोई चोळी चक्रपाणी
माझे जनीला नाही कोणी । म्हणून देव घाली पाणी
जनी सांगे सर्व लोका । न्हाऊ घाली माझा सखा

– जनाबाई

■ जत्रा ■

जत्रा फार मोठी भरत असे. जत्रेला दूरदूरची माणसे येत आणि त्यांच्याकरता संसारोपयोगी जिनसा, खेळणी, चैनीच्या व करमणुकीच्या वस्तू घेऊन ठिकठिकाणचे वाणीउदमी व दुकानदार आपली पाले देऊन बसत. जत्रेला लोक दोन हेतूंनी जातात. देवदर्शनाकरिता आणि संसारोपयोगी जिनसा खरेदी करण्याकरिता. जत्रा हे खेड्यांतील लोकांकरिता जवळ आलेले शहर होय. खेड्यांतील गरिबांची श्रीमंती आणि साधेपणातला डामडौल तिथेच प्रकट व्हावयाचा. तिला मराठ्यांच्या बायका पैठण्या नेसून, मुले गझनीच्या कुंच्या घालून आणि पुरुष मंदिल व पागोटी बांधून यावयाचे. जिकडे तिकडे सकस शरीरे, खुले दिल व मनमोकळे हास्य आढळायचे. असा जत्रेचा देखावा फारच रम्य वाटे.

- वा. कृ. भावे

■ मंदिरि कधि तरि याल ■

हरि माझ्या मंदिरि कधि तरि याल ।।
बसले मी होते रंगमहाली । आरसे लाविले चार ।।
येता जाता रोखुनि बघता । वाईट तुमची चाल ।।
पलंगी मी केली शेज फुलांची । परिमल सुगंध घ्याल ।।
तुमच्या चरणांची झाले मी दासी । एक वेळ दर्शन द्याल ।।
एका जनार्दनी पूर्ण कृपेने । मोक्षपदासी न्याल ।।

- संत एकनाथ

■ पायऱ्या ■

माणसाच्या उत्कर्षाच्या शिडीवर 'मी' आणि 'आम्ही' च्या पायऱ्या चढत माणूस वर जाण्याचा प्रयत्न करतो. आणि त्यातच कधीतरी शिडीवरून कोसळतो. म्हणून आपल्या मर्यादा जाणून घ्या. फार मोठी उडी, ताकद नसताना, मारू नका. नाही तर विपत्ती आणि अस्वस्थता यांच्या खोल दरीत तुम्ही कोसळाल!

- पवित्र कुराण

■ कासवाचे कवच ■

कासवाच्या हालचाली काळजीपूर्वक बघा. काय दिसते? जेव्हा कासव हलते तेव्हा जाणवते की एखादे कवचच हालते आहे. जेव्हा कासव हालचाल करत नाही तेव्हा ते कवच स्थिर असते. पण आपल्याला हे ठाऊक आहे की कवचामुळे कासव हलत नाही, चालत नाही किंवा स्थिरही राहात नाही. खरे कासव कवचाच्या आत

आहे. ते दिसत नाही. पण त्याच्याच शक्तीने कवच हलते, चालते किंवा स्थिर असते. आत्मा आणि शरीर यांचे हेच नेमके नाते आहे.

■ गोपिकारमणु स्वामी माझा ■

देहुडा चरणी वाजवितो वेणू । गोपिकारमणु स्वामी माझा
देखिला गे माये यमुनेच्या तीरी । हात खांद्यावरी राधिकेच्या
गुंजावर्ण डोळे माथा बाबरझोटी । मयूर पुच्छ वेटी शोभतसे
सगुण मेघश्याम लावण्यसुंदर । नामया दातार केशवराजु

- संत नामदेव

■ काय अपेक्षा आहे? ■

एक भिकारी देवळासमोर उभा राहून भीक मागत होता. त्याची घृणा वाटून बाबूरावांनी त्याला विचारले,

'काय रे हे? इथं उभं राहून भीक मागायला तुला काहीच कसं वाटत नाही?'
'मग मी कशी भीक मागावी असं तुम्हाला वाटतं?' भिकारी शांतपणे म्हणाला,
'मी इथं एखादं ऑफिस वगैरे थाटावं अशी तुमची अपेक्षा आहे की काय?'

■ वाट ■

पावलामागे पाऊल टाकत राहिले की वाट आपोआप सरते.

■ बाजीरावीतले सोदे ■

बाजीरावीत सोदेगिरी फार माजली. त्यावेळेस उनाड लोक शेंडी संजाबदार, पागोटे कंगणीदार, जोडा अणीदार, अंगरखा कळीदार, मिशा पिळदार, धोत्रे चुणीदार, भोवया कमानदार, गंध साखळीदार आणि छाती गोलदार अशी ढोंगे करू लागले. पूर्वींचा साधेपणा गेला.

- लोकहितवादी, ऐतिहासिक कथा

■ जुगार ■

लग्न हा एक जुगार आहे. या जुगारात पुरुष आपले स्वातंत्र्य पणाला लावतात तर स्त्रिया आपले सौख्य!

- फ्रेंच म्हण

■ या बाइ या ■

या बाइ या
बकुळीच्या झाडाखाली फुले वेचू या
ऊन पडले
पान फूल दिसे कसे गोड गोडुले
गोड गोडुले
मोतियाचे दाणे कुणी खाली पाडिले?
रान हालले
पहाटेला शुक्रदेव गाणे बोलिले

– बालकवी

■ अविद्येने केलेला अनर्थ ■

विद्येविना मती गेली
मतीविना नीती गेली
नीतीविना गती गेली
गतीविना वित्त गेले
वित्ताविना शूद्र खचले
इतके अनर्थ एका अविद्येने केले

– महात्मा जोतिबा फुले

■ मशीद ■

दुरून लहान दिसणारी मशीद जवळून केवढी तरी प्रचंड, भव्य वाटत होती. पुढचा चौथरा जवळजवळ पुरुषभर उंचीचा होता. त्यावरचे पांढरे शुभ्र खांब देखणे दिसत होते. त्या खांबांच्या मधून काचेची झुंबरे व हंड्या लोंबत होत्या. मधून मधून मुसलमानी रिवाजाप्रमाणे शहामृगांची अंडीही टांगलेली होती. आत कुठेतरी धूप जळत होता. त्याचा उग्र मादक वास सर्व मशिदीत दरवळत होता. कोपऱ्यात एक भली मोठी कुंडी ठेवली होती. तिच्यात लावलेली जाईची वेल त्या उंच खांबांना विळखे घालीत थेट वरच्या छताला जाऊन भिडली होती आणि तीवरची पांढरी शुभ्र सुवासिक फुले वाऱ्याने मंदपणे हलत होती.

■ हुबेहूब! ■

मार्क ट्वेन यांना, आपण हुबेहूब तुमच्यासारखे दिसतो असे सांगणारी, अनेक

३८ । सुवर्णमुद्रा

पत्रे येत. या पत्रलेखकांना मार्क ट्वेन उत्तर लिहीत, 'आपले पत्र आणि सोबतचे छायाचित्र मिळाले. आभार. माझ्यासारखे दिसणारे अनेक आहेत. पण तुम्ही मात्र अगदी हुबेहूब माझ्यासारखे दिसता. किंबहुना, तुम्ही माझ्यापेक्षाही अधिक माझ्यासारखे दिसता असे म्हणायला हरकत नाही. यापुढे तुमचे छायाचित्र पुढ्यात ठेवूनच मी रोज माझी दाढी करायचे ठरवले आहे!'

■ श्रीमंती ■

कर्तव्यदक्ष प्रेमळ पत्नी आणि उत्कृष्ट प्रकृती - कोणत्याही माणसाजवळ यापेक्षा अधिक श्रीमंती असू शकत नाही.

■ सुवास ■

कारवीच्या सुवासातून आता आणखी निरनिराळे सुवास येऊ लागले. आंब्याच्या बहरणाने कहर केला. त्याच्यामागून फणशीच्या कुयऱ्यांचा सुवास आणि त्यामागून उंबर यांचे राकट सुवास, मधून मधून सालीचा नाजुक दरवळ निघे. कुडाकरवंद व इतर जंगली झाडे यांनी पण वसंतपंचमी सुरू केली. शहाजहान बादशहाच्या बागेतही असले सुगंध सुटत नसतील! निरनिराळ्या मदिरांच्या मिश्रणाप्रमाणे सुगंधाची मिश्रणे बनू लागली! अशी की त्यांच्या अमलाने जीव हैराण झाला. काळोखाच्या कालिया डोहात सुगंधाचा दर्या उसळला!

- र. वा. दिघे, सराई

■ शब्द ■

प्रेमळ स्नेहपूर्ण शब्द अगदी मोजके, सोपे, सहज असतात. पण त्यांचे पडसाद खूप दूरपर्यंत जाऊन पोहोचतात.

■ प्रार्थना ■

हे प्रभो,
तू मला असत्यातून सत्यात घेऊन जा.
अंधकारातून प्रकाशात घेऊन जा.
मृत्यूतून अमृतात घेऊन जा.

■ कर्म, भक्ती, ज्ञान ■

काम जाणून केले पाहिजे. नेटके केले पाहिजे. वेगाने केले पाहिजे. हे तिन्ही गुण साधले म्हणजे काम साधले. लिहिणे केव्हा आले म्हणावे! जलद धावत्या

सुवर्णमुद्रा । ३९

हाताने लिहिता आले पाहिजे. 'वाटोळे सरळे मोकळे' असे सुंदर लिहिता आले पाहिजे. आणि शुद्धलेखनाच्या नियमांनुसार शुद्ध लिहिता आले पाहिजे. इतके झाले म्हणजे लिहिणे आले. शीघ्र लेखन हे लेखनातले 'कर्म', सुंदर लेखन ही 'भक्ती' आणि शुद्ध लेखन हे 'ज्ञान' असेही गीतेच्या भाषेत म्हणता येईल. या तिहींचा योग साधणे ही काम करण्याची हातोटी. 'योगःकर्मसु कौशलम्'.

- आचार्य विनोबा भावे

■ संसाराचे तीन प्रकार ■

संसार तीन प्रकारचे आहेत. अल्प, मध्यम आणि उत्तम. अल्प संसारी स्वार्थ मात्र करितात व आपले पोट भरून पोरेबाळे मात्र पोसतात. या पलिकडे त्यांस काही दिसत नाही. मध्यम संसारी हे कीर्तीवर लक्ष देतात आणि उत्तम संसारी हे परोपकारी निमग्न असतात. यास्तव उत्तम संसाराकडे वळेल तितके यथासामर्थ्य वळावे.

- लोकहितवादी

■ कांदा मुळा भाजी ■

कांदा मुळा भाजी । अवघी विठाबाई माझी
लसूण मिरची कोथिंबिरी । अवघा झाला माझा हरी
मोट नाडा विहीर दोरी । अवघी व्यापिली पंढरी
सांवता म्हणे केला मळा । विठ्ठलपायी गोविला गळा

- सांवता माळी

■ महालक्ष्म्या ■

माजघरात एका प्रशस्त तक्तपोसावर जुना किमती गालिचा पसरून त्यावर महालक्ष्म्या मांडलेल्या होत्या. दोहो बाजूंना तेवत असलेल्या समयांच्या सौम्य प्रकाशात त्यांचे सुबक मुखवटे तकतकत होते. पाचसहा वर्षांच्या दोन साजऱ्या मुलीच सजवून उभ्या केलेल्या असाव्यात तसा त्यांचा थाट दिसत होता. दोघींना जुन्या भरजरी पैठण्या नेसवून नथ, कुडी, साज, पुतळ्यांची माळ, गोठतोडे वगैरे दागिने त्यांच्या अंगावर घातलेले होते. दोघींच्याही गळ्यात चमेलीच्या माळा होत्या व मंदिलाच्या चोळीवर लावलेली केवड्याची पिवळीजर्द पाने सोन्याच्या पदकांसारखी दिसत होती. समोर तांदुळाच्या राशी घातलेल्या होत्या आणि काकडी, पडवळ, मक्याचे कणीस वगैरे फळभाज्या पुढे ठेवल्या होत्या. वर जी शोभिवंत मंडपी होती तिला करंज्या, पात्या, चिरोटे वगैरे पक्वान्नांचा पांढरा शुभ्र फुलोरा लावलेला होता.

४० । सुवर्णमुद्रा

महालक्ष्म्यांपुढे दोन गोजिरवाणी हसतमुख बाळेही सजवून मांडलेली होती.

- ग. त्र्यं. माडखोलकर, चंदनवाडी

■ प्रीतिसंगम ■

दोघेही एकमेकांवर रुसली होती. अन्त:प्रेरणेने त्यांनी एकमेकांकडे चोरून कटाक्ष टाकले! त्यांच्या दृष्टीचे मीलन झाले तेव्हा दोघेही एकदम हसली!

- गाथासप्तशती

■ झाशीच्या राणीची रूपे ■

या राणीची अनेक रूपे, तिच्या व्यक्तिमत्त्वाची अनेक अंगे आपल्याला 'माझा प्रवास' या पुस्तकात दिसतात. रोज कसरतशाळेत जाऊन व्यायाम करण्याची आणि घोडदौड करण्याची तिची प्रथा, कडकडीत पाण्याने खूप वेळ स्नान करण्याची तिची हौस, रोज मुजरे करणाऱ्या दीडशे मंडळींपैकी एक जरी एखादे दिवशी आला नाही तरी ते टिपणारी तिची बारीक नजर, अधूनमधून पुरुषवेषाने दरबारात जाण्याचा तिचा रिवाज, सगळ्या दिवाणी फौजदारी व मुलकी कामकाजाबाबत झटपट निर्णय घेण्याचा तिचा उरक, प्रसंगी हातात छडी घेऊन अपराध्यांना शिक्षा करून तिने निर्माण केलेली जरब, तिच्या स्वारीचा थाट, पदरी विद्वान व कसबी माणसे ठेवण्याची आणि ग्रंथसंग्रह करण्याची तिची आवड, प्रजेची मुलांप्रमाणे ती घेत असलेली काळजी आणि तिची विलक्षण धार्मिक वृत्ती या सर्वांतून एक चतुरस्र, संपन्न, करारी आणि कर्तबगार व्यक्तिमत्त्व साकार होते.

- गंगाधर गाडगीळ

■ शिंकेचा शकुन ■

डावी तारी उजवी मारी। समोर करी घात।
पाठी उभा जगन्नाथ!

- लोकोक्ती

■ सत्काव्य ■

ती ती पदे नित्य फिरूनि येती
त्या त्याच अर्थाप्रति दावितातो
कौशल्य मोठे रचनेत आहे
सत्काव्य तेणे नव वाटताहे!

■ मयूरनृत्य ■

पावसाळा नुकताच सुरू झाला आहे. मेघगर्जना चालली आहे. भर दिवसा आभाळात गडद काळोख भरून आला आहे. माना उंच करून आनंदाने नाचणाऱ्या मोरांचा समुदाय या श्यामल पार्श्वभूमीमुळे विशेषच शोभतो.

- गाथासप्तशती

■ कवीचा परीसस्पर्श ■

तसे सारेच शब्द कोशामध्ये असतात. रोजच्या व्यवहारातही असतात. पण प्रतिभासंपन्न कवी जेव्हा आपल्या काव्यात त्यांची योजना करतो तेव्हा शब्द नव्याने जन्माला येतात. नव्या तेजाने झळझळू लागतात!

■ आश्चर्य ■

बाई बाई! हिचे वय केवढे आणि हे सारे ही शिकली तरी कधी? आणि या बयेला हे सारे शिकवले तरी कुणी? येवढीशी चिमुरडी पोर. पण प्रौढ स्त्रियांना अनेक वर्षांच्या अनुभवाने जे समजते ते सारे हिला तर आताच ठाऊक आहे!

- गाथासप्तशती

■ प्रेमाचे दुःख ■

प्रेमामुळे जे दुःख वाट्याला येते तेही इतके सुंदर असते की त्याच्यापुढे सारी इतर सुखे तुच्छ वाटतात.

■ ही व्यर्थ वाचा ■

फुकाचा जरी लाभ झाला धनाचा
तरी सौख्य होतेच, ही व्यर्थ वाचा
असे लेशही भीतिच्या कारणाचा
तरी सूटतो ठाव धीरा मनाचा!

■ थेंब ■

पावसाळ्यात गवताच्या टोकावर लटकणारा आणि पाचूच्या सुईने विद्ध झालेल्या मोत्याप्रमाणे दिसणारा पाण्याचा थेंब मोर मान उंच करून चोचीने अलगद टिपून घेत आहे.

- गाथासप्तशती

४२ । सुवर्णमुद्रा

■ नवलक्ष आरत्या करी ■

नवलक्ष आरत्या करी ।
घेउन उभ्या गोपिकानारी ।
भावे ओवाळिला श्रीहरी ।
लोण उतरी यशोदा ॥
गाई निघाल्या गोठणी ।
गोपाळ गेले आज्ञा घेउनी ।
आपण प्रवेशले निजभुवनी ।
सिंहासनी बैसले ॥

- संत एकनाथ

■ अ-कर्म ■

दाराबाहेर न पडता सुद्धा एखाद्याला सगळ्या जगाचे ज्ञान होऊ शकेल. खिडकीबाहेर नजर न टाकताही एखाद्याला स्वर्गाकडे जाणारा मार्ग दिसू शकेल. जो जो अधिक प्रवास कराल तेवढे तुम्ही कमी जाणून घ्याल. पण जागेवरून न हलता तुम्हाला कळेल. डोळ्यांनी न बघता तुम्हाला दिसेल. काही न करताही तुम्ही काही प्राप्त करून घ्याल.

- चिनी तत्त्वज्ञान

■ टीकाकार ■

वयोवृद्ध टीकाकार सौम्य, मृदु असतो. तरुण टीकाकार हा निर्दय, कठोर असतो. वृद्ध टीकाकार सारे जाणून बसलेला असतो. तरुण टीकाकाराच्या अज्ञानाला मात्र सीमा नसते.

■ कुरूप ■

कुबड्यांच्या समूहात बांधेसूद देह हाच कुरूप ठरतो.

■ वेश्या ■

वेश्या भडके मदनज्वाला
सौंदर्याचे सेवुनि इंधन
कामुक जेथे होमुन टाकिति
आपण होउन निज यौवन, धन!

- संस्कृत सुभाषित

सुवर्णमुद्रा । ४३

■ नदीतीरी ■

नदीचं पाणी निवांत, निळंभोर असतं. वरचं आभाळ, ढग त्यात वाहात असतात. काठावरच्या हिरवळीची ओली पाती पावलांना गुदगुल्या करतात. हिरवीगार पालवी माथ्यावर डोलत राहाते. पाखरं शिळा भरतात. एखादी खार लुकलुक डोळ्यांनी आपल्याकडे बघते आणि बिचकून सुर्रदिशी झाडावर पळून जाते. पानांत गुडुप होते. वाऱ्याच्या ओलसर झुळका झुळझुळ वाहातात आणि भोवती झाडं शांत उभी असतात. किती सुंदर दिसतं हे सारं!

■ ऐसे माहात्म्य गंगेचे ■

उठोनिया प्रात:काळी
वदनी वदा चंद्रमौळी
श्रीबिंदुमाधवाजवळी
स्नान करा गंगेचे ॥
स्नानदान जया अंतरी
घडेल भागीरथीच्या तीरी
हरि कृपा करील त्यावरी
ऐसे माहात्म्य गंगेचे ॥
भागीरथीचे स्नान करा
हृदयी स्मरोनी गंगाधरा
चुकेल चौऱ्यांशीचा फेरा
ऐसे माहात्म्य गंगेचे ॥

■ मुलांची मने ■

सूर्यचंद्रांना माहीत असो वा नसो, त्यांच्या किरणांनी कमळे फुलतात ही गोष्ट खरी आहे. आईबापांना माहीत असो वा नसो, त्यांच्या कृत्यांनी मुलांच्या जीवनकळ्या फुलत असतात हे खरे. सूर्यचंद्रांच्या किरणांप्रमाणे आईबापांची कृत्ये स्वच्छ, सतेज व तमोहीन असतील तर मुलांची मने कमळांप्रमाणे रसपूर्ण, सुगंधी, रमणीय व पवित्र अशी फुलतील. मुलांची जीवने बिघडवणे यांसारखे पाप नाही. स्वच्छ झऱ्याचे पाणी खराब करणे यासारखे पाप नाही.

- साने गुरुजी

■ **अस्सल** ■

मिरे कधी नासत नाही. चंदन कधी किडत नाही. सोने कधी गंजत नाही.

■ **मुक्त पै अखंड** ■

मुक्त पै अखंड । त्यासी पै फावले
मुक्तचि घडले । हरिपाठी
रामकृष्ण मुक्त । जाले पै अनंत
तारिले पतित । युगायुगी
कृष्ण नावे जीव । जाले सदाशिव
वैकुण्ठ राणीव । मुक्त सदा
मुक्ताई संजीवन । मुक्त मुक्ती कोडे
जाले पै निवाडे । हरिरूप

- मुक्ताबाई

■ **काय हे ष्टकार!** ■

माझ्या इष्ट कन्येने नृपश्रेष्ठ कुमारास शिष्टजनही संतुष्ट होऊन ज्यास मान तुकावितील अशा अष्ट विवाहातील वरिष्ट गांधर्व विवाहे वरून ती यथेष्ट सुखोपभोगानुभव घेणार, तो या दुष्टमती भ्रष्ट स्त्रीने केवळ एकनिष्ठ सापत्न व मत्सरभावाने तिजवर महारिष्ट आणावे असा दुष्ट हेतू धारण करूनच माझ्या मनात तिच्याविषयी क्लिष्ट कल्पना भरवून रुष्ट अंत:करणाने तिला नाना कष्ट भोगावयास लावून नष्ट दशेस नेले हे स्पष्ट आहे!

- 'मंजुघोषा' कादंबरी

■ **नवी कल्पना** ■

कोणाच्या डोक्यातून केव्हा काय कल्पना निघेल, आणि तीपासून समाजाचा केवढा फायदा होणार असेल, हे अगोदर कधीही सांगता येण्यासारखे नाही. ज्या मतांस आपण तऱ्हेवाईक मते म्हणतो, ती त्यांच्या नवीनत्वामुळे बहुधा तऱ्हेवाईक वाटतात. पण ती पुन्हा पुन्हा कानांवर पडू लागली म्हणजे त्यांचा धाक वाटेनासा होऊन हळूहळू त्यांतील गुणावगुणांचा विचार करण्याची बुद्धी होऊ लागते, आणि अखेरीस ती अंगीकारण्याची इच्छा होते.

- गोपाळ गणेश आगरकर

■ **फरक** ■

ढीगभर विद्वत्तेपेक्षा चिमूटभर शहाणपणा अधिक मोलाचा आहे.

सुवर्णमुद्रा । ४५

■ खेड्यातला निसर्ग ■

वाटेत दुतर्फा गार पिके पसरली
शेतात शाळुची ताटे कणसाळली
जांभळा फुलोरा खुले हरभऱ्यावरी
बेफाट पिकाने कोठे लवल्या तुरी!
डौलात चालली पुढे चार गायरे
दुडदुडती मागे दोनतीन वासरे
ओढाळ त्यांतले इकडे तिकडे पळे
वाटेवर उडते कुठे धूळ त्यामुळे!

- काव्यविहारी

■ दु:खी एक कबीर ■

सुखी सर्व संसार हा
खाउन निद्रेमधि गढतो
दु:खी एक कबीर परी
रात रात जागुन रडतो!

- संत कबीर

■ आईमुळे ■

मी आज जो कुणी आहे आणि भविष्यात जो कुणी होण्याची आशा मनात बाळगून आहे, ते सारे माझ्या आईमुळे, तिने माझ्यावर केलेल्या संस्कारांमुळे!

- आब्राहम लिंकन

■ कवितेने काय दिले? ■

कवितेने शब्द दिला शब्दाला अर्थ दिला
अर्थाच्या पाठीशी प्रतिभेचा मंत्र दिला!
कवितेने काय दिले? कवितेने प्राण दिले
थकलेल्या श्वासांना जगण्याचे भान दिले!
कवितेने पंख दिले व्यापकसे व्योम दिले
घरट्याच्या कौलांना स्वप्नांचे रंग दिले!

■ इहलोकीचा स्वर्ग ■

सुखी कुटुंब म्हणजे आपणाला इहलोकी लाभलेला स्वर्ग आहे.

■ सांबराचे पाडस ■

पाडस तोल सांभाळत, अडखळत स्वत:च्या पायांवर उभे राहू लागले. त्याचा रंग फिक्कट तांबूस पिवळा होता. पाठीवर गडद रंगाची रेखा अगदी मधोमध होती. लंब गोलाकार मोठे कान. कोमल लुसलुशीत शरीर. चिमुकले गोंडस मुख. डोळे मात्र मोठे आणि पाणीदार होते. तांबड्या मनोली पाखराप्रमाणे पाडस नाजुक, सुंदर दिसे. ती मादी होती म्हणून आम्ही तिला 'मनोली' नाव दिले. 'मनोली' म्हणून हाक मारली की ती लगेच प्रतिसाद देई.

- मारुती चितमपल्ली

■ कुणासाठी कोण ■

कुणासाठी कोण देही जपतसे प्राण
कुणासाठी कोण जीव टाकते गहाण!

■ पहिले गर्भारपण ■

गोकर्णीच्या मांडवातून वर सरकलेल्या पोपईच्या झाडाच्या फाटक्या छत्रीतून झिरपलेले सूर्याचे किरण शकूच्या अंगावर पडत होते. तिचा निमगोरा चेहरा विलक्षण मोहक व निरागस दिसत होता. तिच्या कपाळावर कुंकवाचा पावलीयेवढा ठसठशीत टिळा होता. गोंडस गळ्याभोवती चांदीच्या तारेत गुंफलेले मंगळसूत्र होते. पातळाच्या केळाखाली तिचे ओटीपोट पुढे सरसावले होते. पहिल्या गर्भारपणाचे तेज तिच्या अंगांगातून मुसमुसत होते. होऊ घातलेल्या बाळाच्या बाळशाने तिची अंगलट भरली होती.

- ग. ल. ठोकळ

■ शिवालय ■

मनुष्यवस्तीपासून दूरवर एकीकडे असलेले काळ्या पाषाणाचे जीर्ण शिवालय. उद्ध्वस्त होत चाललेल्या भिंती अन् त्यांतून उगवलेले, वाऱ्याने डुलणारे पिवळेपांढरे गवत. निवाऱ्यासाठी सूर्यास्ताच्या सुमारास तेथे थांबून राहिलेला अज्ञात पांथस्थ. हेमाडपंथी गाभाऱ्यातला ओलसर दर्प आणि तुटलेली कोळिष्टके. कोणीतरी केव्हातरी मांडलेली तीन दगडांची चूल, तिच्यातली राख. बाहेर संधिप्रकाशात धूसर होत चाललेला आकाशाचा घुमट...

- शरच्चंद्र चिरमुले

सुवर्णमुद्रा । ४७

■ **नमन** ■

या बुद्धाच्या सुंदर पुतळ्याला चिमण्या वंदन करत आहेत. वडील, आई, छोटी पिल्ले - सारे कुटुंब नम्र झाले आहे.

■ **वद वद वद जिव्हे** ■

हरिपण हरिनामे धातुमूर्तीसि आले ।
हरिमय हरिनामे विश्व संतांसि जाले ॥
भवभय हरिनामे साधकांचे पळाले ।
वद वद वद जिव्हे रामनामे रसाळे ॥

- वामन पंडित

■ **गोपद्मं** ■

तिठा खूप मागं राहिला. आता पाठीमागं नुसता लाल भिजलेला रस्ता उरला. रस्ताभर सगळीकडं गोपद्मं पसरली होती. गाईची पावलं म्हणजे गोपद्मं. अशीच पुढं पण रस्ताभर लाल गोपद्मं उमटत होती. दुतर्फा हिरव्या रानाचे पट्टे भिजले होते. मध्येच तेरडा फुलला होता. शेपट्या उडवीत गुरं सावकाश हिरवा चारा खात चालली होती. त्यांची अंगं थरथरत होती. तेरड्याला त्यांची तोंडं लागली की पानाफुलांवरून झर्रकन पाणी ओघळत होतं.

■ **राम धर्माचे रक्षण** ■

राम योग्यांचे मंडण । राम भक्तांचे भूषण ।
राम धर्माचे रक्षण । संरक्षण दासाचे ॥
रामे ताटका वधिली । रामे शिळा उद्धरिली ।
रामे जानकी जिंकिली । मुक्त केली गणिका ॥
रामे पाषाण तारिले । रामे दैत्य संहारिले ।
रामे बंदी सोडविले । आनंदले सुरवर ॥
रामे रक्षिले भक्तांसी । रामे सोडविले देवांसी ॥
राम चिंतिता मानसी । रामदासी आनंद ॥

- श्री समर्थ रामदास

■ **पतिपत्नी** ■

पुरुष हा रात्री घराच्या बाहेर फार राहू लागला तर त्याला आडवळणाने का

४८ । सुवर्णमुद्रा

होईना, पण जी स्त्री जाब विचारीना, ती स्त्रीच नव्हे, आणि दुसरीकडे कोठे आपल्या संगतीच्या बाहेर, कोणत्या साध्या निमित्ताने का होईना, स्त्री जर फिरकणार असली, तर कोणतेही संभावितपणाचे मिष पुढे करून पुरुष जर त्यात अधूनमधून मोडता घालीना, तर तो पुरुषच नव्हे.

— श्रीपाद महादेव माटे

■ चित्रपटगीते ■

जुन्या चित्रपटांतली तशीच नाटकांतली गीते रागरागिण्यांवर आधारलेली असत. ती अतिशय आवडल्यामुळे खरे म्हणजे मी अभिजात संगीताच्या मैफली ऐकू लागलो. चित्रपटगीतांमुळे धृपदे, ख्याल, ठुमऱ्या, दादरे, गझल, कवाल्या आवडू लागल्या. भूप, अहीर भैरव, ललत, मिया की तोडी, केदार, भीमपलास, बागेश्री, वसंत, मियामल्हार, मारवा, यमन कल्याण, पूरिया धनाश्री, मालकंस, दरबारी कानडा, आणि सदारंजनी भैरवी कुणी मैफलीत गाऊ लागले की प्रथम त्यावर आधारलेल्या चित्रपटगीतांची आठवण होत असे आणि रागांची ओळख पटत असे.

— य. दि. फडके

■ तीन हायकू ■

- उडत जाताना बगळ्यानं
किंचित स्पर्श केला पाण्याला
उठलेला तरंग वाढतच गेला

—

फुलं खुडताना त्यानं
फांदी खसदिशी ओढली
चुकून कळीच तोडली

—

- पिवळं धमक फूलपाखरू
उन्हामध्ये हरवलं
सावलीमुळं ओळखलं

— शिरीष पै

■ प्रेम : जीवनाचे रसायन ■

मनुष्य कोणत्याही स्थितीत असो, तो संगतिप्रिय असतो. पितापुत्रादिकांचा, माताभार्यादिकांचा समागम त्याच्या दैवी नसलाच तर तो अनाथांवर उपकार करून त्यांचे प्रेम संपादन करतो. सारांश, प्रेम हे जीवनाचे प्रमुख रसायन आहे.

■ इजिप्तमधील मांजरे ■

पुरातन काळी इजिप्तमध्ये मांजरे पाळत. इस्लामच्या उदयापूर्वी इथल्या काही टोळ्या मांजराला अतिशय पवित्र मानत. आजही इजिप्तमध्ये सर्वत्र मांजरांच्या कबरी दिसतात. आपल्याकडे काळे मांजर अशुभ मानले जाते. तोच अंधविश्वास इजिप्तमध्येही आढळतो. मांजरावर जादूटोण्याचा परिणाम चटकन होतो असे इजिप्तमध्ये मानले जाते. मांजराच्या उपद्रवाला कंटाळून इजिप्शियन लोक त्याला-तिला 'सैतानाची आत्या' म्हणतात.

■ उच्छादी वारा ■

कसा उच्छादी हा वारा
केळ झोडपून गेला
किती झाकशील मांडी?
नाही मर्यादा ग ह्याला!

- पु. शि. रेगे

■ राणी लक्ष्मीबाईचे हळदीकुंकू ■

राजवाड्यात हळदीकुंकवाची कडाक्याची तयारी केली. चार खंडी हरभरे लहानशा हौदात भिजत घातले. शुक्रवारचा बेत धरून तमाम शहरचे स्त्रियांस बोलावणे केले. सर्व जातीच्या स्त्रियांस पाचारण करून सर्वांना हळदकुंकू, फुले, चंदनलेप, खिरापत म्हणून रुप्याचे ताम्हण भरून हरभरे, गुलाब, अत्तर, पानसुपारी देऊन संतुष्ट केले. लाखो फुले. खंडोगणती खिरापत लागली. दिवाणखान्यात उंच एका मजल्याइतकी गौर मांडली होती. उतरत उतरत जमिनीपर्यंत एकसारखे सामान ठेवले होते. तऱ्हेतऱ्हेचे फराळाचे जिन्नस, फळफळावळ, रुप्याचे सामान, झांशी येथील प्रसिद्ध पितळी सामान, कागदाची कोरीव चित्रे, मातीची चित्रे, लाकडी सामान असे जिन्नस गौरीपुढे ठेवले होते. किनखापी पडदे व जरीचे छत लावले होते. हंड्या झुंबरांचा तर चकचकाट करून सोडला होता.

- माझा प्रवास, वरसईकर
गोडसे भटजी

■ उपाय ■

'दूध नासू नये म्हणून काही उपाय करता येईल का?' गवळीण बाईंनी नव्या सूनबाईंना विचारले.

'हे काम कमी खर्चात करायचं असेल तर दूध म्हशीच्या सडांतच राहू द्यावं म्हणते मी!' सूनबाई म्हणाल्या.

■ तेच खरे शिक्षण ■

शिक्षक आणि मुले दोघेही एकमेकांच्या आचरणापासून शिकत असतात. दोघेही विद्यार्थीच आहेत. जे दिले जात नाही ते शिक्षण. बाकी जे घेतले जाते, ज्याचा हिशेब ठेवला जातो, किंवा ज्याची काही नोंद ठेवली जाऊ शकते ते शिक्षण नाही. शिक्षणाची मोजदाद करता येत नाही. जीवन हेच शिक्षण असते. कॅलरींचा खरा हिशेब कागदावर नव्हे तर शरीरावरच दिसून येतो. जे अनुभवले, खाल्ले, पचले, रक्तात मुरले तेच शिक्षण.

- आचार्य विनोबा भावे

■ आयुष्य ■

हे आयुष्य म्हणजे हुंदके, स्फुंदणे, उसासे आणि हसणे या साऱ्यांचे मिळून एक विचित्र मिश्रण आहे. पण त्यात स्फुंदण्याचे प्रमाण जरा जास्त असते.

- ओ. हेन्री

■ उत्तरेकडची सोन्याची गंगा ■

उत्तरेकडे स्वारी चालू असताना नानासाहेब पेशव्याने जेव्हा तिकडील मोठमोठाली शहरे, भव्य प्रासाद, गोपुरे ही पाहिली, बादशहाचा व राजेरजवाड्यांचा डामडौल पाहिला व उतून मातून चाललेल्या संपत्तीचा पसारा अवलोकिला तेव्हा तो हरखून गेला. आपल्या भिकार महाराष्ट्र देशाचे चित्र त्याच्या नजरेपुढे उभे राहिले व घरी धाडलेल्या पत्रात त्याने लिहिले, 'उत्तरेकडून सोन्याची गंगा महाराष्ट्र देशात वाहात ठेवली पाहिजे तरच महाराष्ट्र देश संपन्न होईल!' ही गंगा वाहती ठेवणे म्हणजे तिकडील सोने लुटून आणणे! दुसरे काही नाही!

- श्रीपाद महादेव घाटे

■ मला नाही ■

तुला बाबा मला बाबा

सुवर्णमुद्रा । ५१

तुला दादा मला दादा
तुला ताई मला ताई
तुला आई मला नाही!

■ एक क्षण ■

एक क्षण असतो मुक्त बोलण्याचा
एक क्षण असतो मौन पाळण्याचा !

■ हवे-नको ■

'काय ग? आपल्या लग्नाच्या पहिल्या वाढदिवसाला मी काय देऊ तुला? सिंगापूरची दोन तिकिटं काढू? की तुझ्या आवडीचा टेपरेकॉर्डर खरेदी करू?' त्याने विचारले.

'सिंगापूरची दोन तिकिटंच आणा बाई!' तिने उत्तर दिले.

'पण टेपरेकॉर्डर का नको?' त्याने आवंढा गिळत म्हटले.

'इश्श! सिंगापूरला गेलो म्हणजे तिथंच नाही का टेपरेकॉर्डर घेता येणार?' तिने हसत उत्तर दिले.

■ समीक्षक ■

उत्तम समीक्षक तोच की ज्याची समीक्षा म्हणजे श्रेष्ठ साहित्यकृतींमधून त्याच्या आत्म्याने केलेले स्वैर भ्रमण असते.

■ ईश्वरभक्ती ■

ईश्वराची भक्ती करणे ती काळजीपूर्वक, मनापासून आणि पूज्यभाव हृदयात धरून करावी. तिच्यामध्ये ढोंग किंवा बतावणी यांचा लवलेशही नसावा. देव आणि त्याचे सामर्थ्य म्हणजे केवळ मुलांना भेडसावण्यासाठी कल्पिलेला काही बागुलबुवा आहे असे समजू नये. देव सत्य, सर्वज्ञ आणि सर्वशक्तिमान आहे.

- ईसाप

■ वैशाख ■

वैशाखाचे दिवस होते ते. दिवस डोळे वटारून नीट खाली पाहात होता. रस्त्याच्या दोन्ही बाजूंना नांगरून साफ केलेली काळीभोर वावरे पसरली होती. शेतांच्या बांधांवर शेरताटी आणि घायपात या झाडांच्या रवणी लागल्या होत्या. चोहीकडे अगदी शुक्क होते. चुकूनमाकून एखादा शेतकरी आपल्या शेतातले

५२ । सुवर्णमुद्रा

खताचे ढीग फावड्याने फिसकारताना दिसत होता. गाडीच्या चाकांनी खोलगटलेली वाट शेतांच्या काळ्या पट्ट्यांतून सरळ काढलेल्या भांगाप्रमाणे गेली होती.

— ग. ल. ठोकळ

■ **ख्रिस्तजयंती** ■

आला बालक येशु भूमिवरती, वाहे सुखाची हवा
झाले विश्व प्रफुल्ल, दीन जगता आधार लाभे नवा
त्याच्या जन्मदिनी पवित्र, हृदयी व्हावी पुन्हा प्रेरणा
शांति, प्रेम, दया, अथांग करुणा, सर्वत्र सद्भावना!

■ **रानातली संध्याकाळ** ■

ती संध्याकाळची वेळ होती. सबंध दरी संध्याप्रकाशाने उजळली. रानाचे, भाताचे, गवताचे हिरवे, पोपटी, पिवळे रंग; कड्यांचे, डोंगरांचे निळे जांभळे काळे रंग त्या सोनेरी किरणांत निरनिराळ्या रंगांचे उठाव करीत मिसळले. त्या सोनेरी उन्हात हिरवे रान सोन्यावर केलेल्या हिरव्या मिन्याप्रमाणे चमकत होते. दरीच्या वर आकाशात निखारलेल्या ढगांची खार पडली. पश्चिमेकडील एका लांबच्या निळ्या डोंगरामागे सूर्य मावळत होता. संधिप्रकाश त्या निळ्या डोंगरामागून आगीच्या डोंबाप्रमाणे भडकला.

— र. वा. दिघे, सराई

■ **आसवे** ■

नदीतीरावर बसून एकली
आसवे ढाळीत राही,
तिच्या आसवांनी नदीचा प्रवाह
अधिक सखोल होई!

■ **तत्त्वज्ञान** ■

अध्यात्म किंवा तत्त्वज्ञान हे काही क्षितिजावरील चांदणीसारखे नुसतेच दूर अंतरावरून बघण्याचे आणि तोंड भरून कौतुक करण्याचे दूरस्थ, धूसर, अस्पष्ट असे सौंदर्य नाही. तत्त्वज्ञान हा आपल्या जीवनसरणीचा एक अविभाज्य घटक आहे. दैनंदिन श्वासोच्छ्वासाइतके हे सारे आपल्या जवळचे, अंगभूत, अत्यावश्यक असे काही आहे. ती आपली निकडीची गरज आहे आणि तो आपला श्रेष्ठ दर्जाचा आनंदही आहे!

सुवर्णमुद्रा । ५३

■ मज नको चाळवू ■

रज्जू धरूनिया हाती । भेडसाविली नेणती ।
कळो येता चित्ती । दोरी दोघा सारिखी ॥
तुम्हा आम्हामध्ये हरी । झाली होती तैसी परी ॥
मृगजळाचे पुरी । ठाव पाहो तरावया ॥
सरी चितांक भोवरी । अलंकाराचिया परी ॥
नामे झाली दुरी । एक सोने आधिष्ठिता ॥
पिसांची पारवी । करोनि बाजेगिरी दावी ॥
तुका म्हणे तेवी । मज नको चाळवू ॥

- संत तुकाराम

■ रे भ्रमरा ■

रुणुझुणु रुणुझुणु रे भ्रमरा
सांडि तू अवगुणु रे भ्रमरा ॥
चरणकमळदळु रे भ्रमरा
भोगी तू निश्चळु रे भ्रमरा ॥
सुमन सुगंधु रे भ्रमरा
परिमळुविद्गदु रे भ्रमरा ॥
सौभाग्यसुंदरु रे भ्रमरा
बापरखुमादेवीवरू रे भ्रमरा ॥

- श्री ज्ञानदेव

■ द्वेष आणि प्रेम ■

द्वेषाची भावना नेहमीच मारक असते. प्रेम कधीही नाश पावत नाही. या दोहोंमध्ये येवढे अंतर आहे. जे प्रेमाने संपादन केले आहे ते चिरकाल टिकते. जे द्वेषाने मिळवले ते वस्तुत: ओझ्यासारखे असह्य होते. कारण त्यामुळे द्वेष अधिक बळावतो. म्हणूनच मानवाचा धर्म हा की, द्वेषाचे उन्मूलन करावे आणि प्रेमाच्या भावनेचा परिपोष करावा.

- महात्मा गांधी

■ अभिसारिका ■

सज्ज करुनि चाप मदन येत मागुनी
मार्ग दावि इंदु मला तम निवारुनी
जरि चंचल पद चुकते

५४ । सुवर्णमुद्रा

प्रीति तया सावरिते
अग्रभागि मन पळते
करुनि दूर शंकेते
उत्कंठा नेत पुढे धीर देउनी!

- गो. ब. देवल, शापसंभ्रम

■ इंद्रधनुष्य ■

आकाशात जर सुंदर इंद्रधनुष्य उमटले तर हातातली सर्व कामे बाजूला ठेवा आणि जवळ असलेल्या छोट्या मुलाला ते इंद्रधनुष्य आधी दाखवा. कारण कामे थांबतील. इंद्रधनुष्य मात्र थांबणार नाही. ते लगेच अदृश्य होईल!

■ कुणी जन्मतात... ■

प्रत्येक दिवशी प्रत्येक पहाटे
कुणी जन्मतात दु:खभोगासाठी
कुणी जन्मतात सुखासाठी मात्र
कुणाच्या नशिबी अंतहीन रात्र!
कुणाच्या नशिबी अंतहीन रात्र!

■ मतस्वातंत्र्य ■

प्रत्येक मनुष्याची काही विशिष्ट मते असतात. त्या मतांचा त्याला अभिमान असतो. म्हणून आपलीच मते सर्वांनी ग्राह्य मानली पाहिजेत, आपल्या मतांप्रमाणेच सर्वांनी चालले पाहिजे असा आग्रह धरणे हा मूर्खपणा आहे! आपणाला जशी आपली मते प्रिय वाटतात, तशी इतरांना त्यांची स्वत:ची विशिष्ट मते का प्रिय वाटू नयेत? जो तो आपापलीच मते स्थापित करू लागला तर मोठी बेबंदशाही माजेल आणि समाजात सुख नांदणार नाही. यासाठी एकमेकांच्या सुखासाठी एकमेकांनी आपले हट्ट, आग्रह ताब्यात ठेवले पाहिजेत.

■ ही ईश्वराची दया ■

डोळ्यांनी बघतो, ध्वनी परिसतो कानी, पदी चाललो,
जिव्हेने रस चाखतो मधुरसा, वाचे अम्ही बोलतो
हातांनी बहुसाळ काम करतो, विश्रांतिही घ्यावया
घेतो झोप सुखे, फिरून उठतो, ही ईश्वराची दया!

सुवर्णमुद्रा । ५५

■ निष्क्रियता ■

लोखंडी अवजारे वापरली नाहीत तर त्यांच्याव गंज चढतो. पाणी एकाच जागी जर सतत साठून राहिले तर त्याचा निर्मळपणा नाहीसा होऊन ते गढूळ, घाणेरडे होते. त्याचप्रमाणे माणूस जर कायम निरुद्योगी, निष्क्रिय राहिला तर त्याच्या मनातले चैतन्याचे, उत्साहाचे खळखळते प्रवाह ओसरून ते कोरडे पडतात.

- लिओनार्दो द व्हिन्ची

■ फरक ■

कोरी केरसुणी घर चांगले झाडून काढते पण जुनी केरसुणी घराच्या कोनाकोपऱ्यातला केरही झाडून स्वच्छ करते.

■ बिनतोड उपाय ■

एका ख्यातनाम अभिनेत्रीला गावातला एक प्रतिष्ठित माणूस वाटेल तशी वेडीवाकडी, अपमानकारक, तिचा उपमर्द करणारी पत्रे लिहीत असे. ती अभिनेत्री अगदी कंटाळून गेली. पण पत्रांचा ओघ थांबेना. एकदा तिने ती सर्व पत्रे एकत्र केली. आणि ती त्या प्रतिष्ठित माणसाच्या पत्त्यावर धाडून दिली. सोबतच्या पत्रात तिने लिहिले, 'प्रिय महाशय, तुमच्या आदरणीय नावाचा गैरवापर करून कुणी तरी मूर्खशिरोमणी मला कसली गाढवासारखी पत्रे लिहितो आहे बघा! आपण त्याचे हे चाळे ताबडतोब थांबवावेत अशी माझी आपणास नम्र विनंती आहे!' तिला येणारी पत्रे आपोआप थांबली हे सांगायला नको.

■ प्रेम ■

दोन जिवांना जवळ आणतो
गूढ आन्तरिक हेतू काही,
बाह्य उपाधींवरती केवळ
प्रीति कधी अवलंबुन नाही!
सूर्य उगवता गगनामध्ये
जळि कमलाचा विकास होतो
चंद्र उगवता गगनी, भूवर
चंद्रकान्त मणि झणि पाझरतो!

- महाकवी भवभूती

■ कपटी मित्र ■

प्रत्यक्ष भेटीत बोलतो मधुर
पाठीमागे मात्र कार्यहानी करी,
दूध वरी आत विषाने भरला
मित्र तो टाकावा अशा कुंभापरी!

- संस्कृत सुभाषित

■ देशभक्ताची सुखे ■

देशभक्ता प्रासाद बंदिशाला
शृंखलांच्या गुंफिल्या पुष्पमाला
चिता सिंहासन शूल राजदण्ड
मृत्यु दैवत दे अमरता उदण्ड!

- कवी विनायक

■ भूमिका ■

ईश्वराने तुम्हाला एक अभिनेता या नात्याने जगामध्ये धाडले आहे आणि आपणा प्रत्येकाला त्याने एक एक भूमिका नेमून दिली आहे. त्या भूमिकेचा काळ दीर्घ असेल किंवा मर्यादित असेल, त्याने जर तुम्हाला भिकारी केले असेल तर ती भूमिका समरसून करा. जर तुम्हाला अपंग केले असेल, न्यायाधीश केले असेल, राजा केले असेल वा सर्वसामान्य माणूस केले असेल - भूमिका कोणतीही असू द्या, ती उत्कृष्टपणे, समंजसपणे वठवा म्हणजे झाले.

- एपिक्टेटस

■ नाते ■

तुर्जीनीव्ह हा एक नामांकित रशियन लेखक होऊन गेला. त्याच्याविषयी एक चांगली आठवण वाचनात आली. एकदा तुर्जीनीव्ह रस्त्याने चालला असता समोरून एक भिकारी आला. त्याने हात पुढे पसरून पैशाची याचना केली. तुर्जीनीव्हने खिसे चाचपले. खिशात एकही पैसा नव्हता. त्याने ओशाळून भिकाऱ्याचा हात हाती घेतला आणि तो त्याला म्हणाला, 'भाऊ, तुला द्यायला माझ्याजवळ काही सुद्धा नाही रे!' तुर्जीनीव्हच्या तोंडचा 'भाऊ' हा शब्द ऐकून भिकारी अक्षरश: गहिवरला. तो तुर्जीनीव्हला म्हणाला, 'भल्या माणसा, तू माझ्याशी भावाचे नाते जोडलेस. आणखी काय हवे? याहून मोठे काही मला आजवर कुणीही कधी दिले नव्हते!'

सुवर्णमुद्रा । ५७

■ उशीर ■

खरे सौख्य म्हणजे काय, हे त्याला लग्न होईपर्यंत कळले नव्हते... आणि मग, तोवर फार उशीर झाला होता!

■ पवित्र ■

विद्वान माणसाने लेखनासाठी वापरलेली शाई ही हुतात्म्याने सांडलेल्या रक्ताहूनही अधिक पवित्र असते.

- महंमद पैगंबर

■ मनाची एकाग्रता ■

मनाची एकाग्रता हे माझ्या जीवनातले बोधवचन आहे. प्रथम प्रामाणिकपणा, मग कष्टाळूपणा आणि मग एकाग्रता - माझ्या यशाचे हे तीन मार्ग आहेत.

- ॲण्ड्र्यू कार्नेजी

■ धारानगरी ■

धारानगरी म्हणजे धार संस्थानची पूर्वीची राजधानी. धारानगर फार टुमदार आहे. तिथे भोज राजा राज्य करत असे अशा कथा आहेतच. या शहराला दगडी चुन्याचा कोट आहे. कोटाबाहेर अनेक तलाव आहेत. पाणी महामूर आहे. अडीच साडेतीन हात खोदले की मोटेइतके पाणी लागते. यामुळे इथे बागबगीचे फार सुरेख असून बागाइती उत्पन्न अगदी स्वस्त आहे. भाजीपाला, केळीची पाने, फुले व फळे या शहरासारखी दुसरी कुठे मिळत नाहीत. धारानगरच्या पश्चिमेला तीनचार मैलांवर एक लहानसा पर्वत आहे. त्यावर कविश्रेष्ठ कालिदास याची वरद देवता श्रीमहाकालिका हिचे देवालय सुरेख आहे. देवस्थानची नेमणूक फार खाशी आहे. चौघडा आहे. पूजेचे साहित्य, समस्या वगैरे सर्व रुप्याचे आहे.

- माझा प्रवास, गोडसे भटजी

■ सूर्य हाच शिव ■

सूर्य हाच शिव होय. सूर्याचे जे बाल, तरुण आणि जरठ बिंब तेच शिवाचे तीन डोळे आहेत. पावसाळा, हिवाळा आणि उन्हाळा हे तीन काल म्हणजे त्याचा त्रिशूल आहे. या कालदंडाने तो सर्व जीवांचे कलन आणि संकलन करतो. दिवस हा या शिवाचा ढवळा नंदी आहे. आणि रात्र हा त्याचा जटाजूट आहे. त्यावर तो चंद्रकला धारण करून शांत ध्यान करत असतो.

- कुंदर दिवाण

■ घातक ■

भलत्या वेळी सांगितलेले सत्य असत्याइतकेच घातक असते.

■ जुने ठेवणे मीपणे आकळेना ■

जिवा श्रेष्ठ ते स्पष्ट सांगोनि गेले
परी जीव अज्ञान तैसेचि ठेले।
देहे बुद्धिचे कर्म खोटे टळेना
जुने ठेवणे मीपणे आकळेना ।।

- श्री समर्थ रामदास

■ लग्न ■

लग्न; एक लहानसा शब्द. पण अनुभवाने कळते की 'लग्न' हे एक वाक्य आहे. लांबलचक, भले थोरले, कंटाळवाणे आणि कधी कधी अगदी अगम्य सुद्धा!

■ असंभवनीय ■

बालपणी जी स्थळे आपणांस रम्य वाटली आणि जी माणसे प्रिय वाटली ती मोठेपणीही आपणांस तशीच वाटावीत हे सामान्यत: असंभवनीयच असते. लहानपणी जे कपडे आपल्या अंगावर शोभले ते मोठेपणीही तसेच शोभतील व आपल्याला आवडतील हे कसे शक्य आहे?

- ना. सी. फडके

■ काळ्या निळ्या ढगात ■

काळ्या निळ्या ढगात कडाडते वीज
डोळ्यांतून कुठे तरी उठून जाते नीज
गहन रात्रीच्या पदरात स्वप्नांचा संभार
मनात जाग्या होतात आशा अपरंपार!

■ संपर्क माध्यमे ■

प्रेम, लहान मुले आणि आपण करत असलेले काम - माणसाचा भोवतालच्या जगाशी उत्कट संपर्क साधणारी ही तीनं सुंदर माध्यमे आहेत.

- बर्ट्रान्ड रसेल

सुवर्णमुद्रा । ५९

■ प्रार्थना ■

परमेश्वरा, मी जेवढे साध्य करून घेत आहे त्यापेक्षा आणखी काही संपादन करण्याची तीव्र इच्छा सतत माझ्या मनात असावी असे कर!

— मायकेल अँजेलो

■ सुदैव ■

सुदैव म्हणजे समोर आलेली संधी पकडणे. दुसरे काही नाही.

■ अभिनेता ■

उत्कृष्ट अभिनेता हा हिमखंडावर कोरीव काम करणारा शिल्पकार आहे.

■ ममतेचा वर्षाव ■

माणसावर मोकळ्या मनाने ममतेचा वर्षाव करा. तुम्ही दाखवलेल्या अगत्यामुळे, दिलेल्या निरागस, निर्भर आनंदामुळे समोरची व्यक्ती मनातून फुलल्याखेरीज राहणार नाही.

— मदर तेरेसा

■ संस्कृती ■

मागल्यांचा हात आधाराला घ्यावा
बरोबरीच्यांना हात हाती द्यावा
पुढल्यांना हाती धरूनीया न्यावे
संस्कृतीचे हेच मर्म ओळखावे!

■ मित्र ओळखा ■

मित्र हे तयार करता येत नाहीत. ते जीवनात येतच असतात. पण आपण त्यांची ओळख पटवून घ्यावी लागते. आणि एकाकी, स्नेहशून्य माणसांचे हेच मोठे दुःख असते. त्यांच्याभोवती माणसे वावरत असतात. पण एकाकी माणसांना त्यांच्यांतला स्नेहभाव ओळखता येत नाही.

■ दुःख ना आनंदही ■

दुःख ना आनंदही अन् अन्त ना आरंभही
नाव आहे चाललेली कालही अन् आजही
मी तसा प्रत्यक्ष नाही, ना विदेशी मी जसा

मी नव्हे की बिंब माझे मी न माझा आरसा
प्रश्न की उद्गार नाही, अधिक नाही वा उणा
जीवनाला ऐल नाही, पैल, तैसा मध्य ना

- आरती प्रभु

■ स्मित ■

स्मित; साऱ्यांना आनंदित करणारे अजब रसायन!

■ टीकाखोर ■

मला टीका करण्याची फार खोड आहे. माझी मते उकलून दाखवताना
मी नेहमी दुसऱ्यांच्या मनांतील वैगुण्ये दाखवीत असतो, आणि माझ्या लेखनात जर
माझी ही खोड एकपट दिसत असली तर माझ्या बोलण्यानं ती दुप्पट दिसून येते.
दोष काय आहेत हे पाहण्याची प्रवृत्ती माझ्यात अगदी प्रखर आहे, नसावी इतकी
प्रखर आहे. भोवतालच्या लोकांच्या बोलण्यातील, विचारांतील चुका दाखवणे ही
माझी जित्याची खोड आहे ती काही केल्या जात नाही. माझे मलाच त्याचे वाईट
वाटते पण स्वभावाला औषध नाही!

- हर्बर्ट स्पेन्सर

■ सूर्यराजा ■

जय जय सूर्यराजा । जय जय सूर्यराजा ।
उपासना गुणे सूर्यवंश माझा ।।
धगधगीत सूर्य ऐशी उपमा देती ।
उदण्ड आले गेले तोचि आहे गभस्ती ।।
असंभाव्य तेज प्रकट प्रतापे जातो ।
तयासी देखता चंद्र भगवा होतो ।।
अतुल तुलना नसे सूर्यमंडळा ।
उपासनेमध्ये सूर्यवंशी जिव्हाळा ।।
दास म्हणे आता त्यासी काय तुळावे ।
जैसे आहे तैसे सकळ जनांना ठावे ।।

- श्री समर्थ रामदास

■ शंकरा ■

संथ लयीत तंबोऱ्याच्या तारा झंकारल्या. दालनात लहरी पसरत राहिल्या. हलक्या हलक्या विरत पुन्हां उमटत राहिल्या. मंद गुणगुण झाली. आणि कुमारांच्या गळ्यातून स्वरांनी हलकी गत धरली. डाव्या हाताच्या हेलकाव्याचे आवर्तन झाले, आणि एकतानतेमधून पहाटेच्या झिलमिलत्या स्वप्नासारखे रागाचे मुख चमकले आणि पुढच्याच ठेक्याला शंकरा झेपेत गतिमान झाला! 'सिरपे धरि गंग' स्वरांच्या कंपनातून शब्द नादमय झाला. गळ्याची फिरत शीघ्र होऊ लागली. ठेका द्रुतात घुमू लागला.

रुद्रप्रसन्न मुख... हलाहलाने कण्ठ निळा गहिरा... त्या दाहाला शमविणारा जहरी नागांचा सैलसा विळखा... दीर्घ पापण्यांचे महासागरासारखे प्रशांत नेत्र... सक्त स्नायुबंधांचे रुण्डमाळधर अजब रूप...महाग्यानी पिनाकपाणी शंकर... तल्लीनतेलाही स्तिमित करून सोडणारी गंधारावरून सुटलेली तळपती तान पंचमाला स्पर्शून विलक्षण झेपेने अवरोहात उतरली. प्रसन्न शीतल गहन गंभीर गंगास्त्रोतसाचा वेग शंकराच्या जटेत गुरफटून पडला आणि निनादत राहिला! 'सिरपे धरि गंग!'

- श्री. दा. पानवलकर

■ पांढरा रंग ■

पांढऱ्या रंगाची गडबड उडाली होती. पांढरा रंग भिरभिरत होता. कोसळत होता. वर चढत होता. पसरत होता. झेप घेत होता. हाच. हाच तो. अगदी हाच. अगदी जिवंत. थोडा अधिक जिवंत. पांढरा रंग कमी कुठे नाहीच. सगळीकडे भरलेला सारखेपणा. याला आदि अंत काही नाहीच का? पांढरा रंग कुणी पाहिला आहे? मी पाहतोय. त्याचा जडपणा, त्याचा आकार, त्याचा हलकेपणा, त्याचा रंग, गंध माझ्या नसानसांतून वाहतोय नुसता, पांढऱ्या रंगाचा पाऊस पडतोय. पांढऱ्या रंगाचा हिवाळा होतोय. पांढऱ्या रंगाचा उन्हाळा होतोय. पांढऱ्या रंगाची सकाळ, दुपार, संध्याकाळ, रात्र - सगळे काही पांढऱ्या रंगाचे होऊन राहिलेय. पांढऱ्या रंगाचा वारा घुमतोय.

- चिं. त्र्यं. खानोलकर

■ मांजराची भाषा ■

माकडांची भाषा आहे असं एका शास्त्रज्ञानं लिहिलं तेव्हा मी हसलो होतो. आणि आता आमच्या शोनू मांजरीच्या भाषेच्या गोष्टी आम्ही करू लागतो तर येणारे

जाणारे हसत. 'दार उघडा' असं सांगणारा तिचा घोगरा 'म्याँव' आवाज, 'मी आले, दूध द्या' असे म्हणणारा तिचा लडिवाळ 'मियांव मियांव' गुरगुराट. मालकीणबाईंनी लवकर दूध दिले नाही तर 'मिआई' असा तिचा तक्रारीचा सूर. आणखी दूध हवं असलं म्हणजे तिच्या तोंडून निघणारा 'मिआंखीन' असा स्पष्ट स्वर. ही शोनूची भाषा.

- डॉ. द. भि. कुलकर्णी

■ चुकलेच! ■

येवढे प्रदीर्घ आयुष्य माझ्या वाट्याला येणार आहे हे जर मला थोडे आधी कळले असते तर मी माझ्या प्रकृतीची जरा अधिक काळजी घेतली असती!

■ मत्स्यकन्या ■

हेलकावणाऱ्या पाण्याच्या हिंदोळ्यावर ती एखाद्या मत्स्यकन्येप्रमाणे स्वैर आंदोळत होती. उन्हात तकतकणारा तिचा तो नागाच्या फणेसारखा केशबंध, ज्यांच्या काळ्याभोर पापण्यांवरून पाणी ठिबकत होते असे ते मीनाकृती टपोरे डोळे, सुगौर तन्वंगाला घट्ट लपेटून बसलेला तो सुनील जलवेष, मत्स्याच्या पंखांसारखे पाणी तोडण्यासाठी मधून मधून वर येणारे हातांचे नाजुक लाल पंजे आणि ज्याचा फक्त मधला भाग तेवढा पाण्यात बुडालेला होता असे ते बाकदार धनुष्याकृती शरीर! ज्या लीलेने ती पाण्यातून संचार करीत होती ते बघून एखाद्या मत्स्यकन्येलाही मत्सर वाटला असता!

- ग. त्र्यं. माडखोलकर

■ सभ्य ■

सभ्य स्त्री तीच की जिच्या संगतीत पुरुषालाही आपला सभ्यपणा सांभाळावासा वाटतो.

■ प्राण की पैसा? ■

गुंडोपंत रानातून एकटेच प्रवास करत होते. वाटेत चोरट्यांनी त्यांना अकस्मात गाठले. 'चल. काय पैसे जवळ असतील ते काढ' चोरट्यांचा नायक दरडावून त्यांना म्हणाला, 'नाही तर तुझा जीवच घेतो बघ. बोल. पैसा की प्राण?' 'तर मग तुम्ही माझे प्राणच घ्या' गुंडोपंत म्हणाले, 'मजजवळच्या पैशाला मात्र हात लावू नका. कारण तो मी आपल्या म्हातारपणासाठी जमवत आलो आहे!'

■ जवाहिरे म्हणतात... ■

जो तो जवाहिऱ्या आपला आब सांभाळून मुलखावेगळा. आपापल्या हिरे माणिक मोत्यांच्या श्रीमंतीने सिद्ध. नग हारीने मांडलेले. घ्या अगर घेऊ नका. पहा. नजर टाका. बोला. सवाल करा. रत्नांचे वाणी आम्ही. पारखी सुद्धा. तुम्ही जाणून घ्या, आम्हांला, आमच्याजवळच्या अनमोल खड्याचिमखड्यांना, माणिक मोत्यांना, हिरेपाच पुष्कराजांना समजून घ्या. आम्ही मोती विंधतो. त्यांतून सुवर्णसूत्र पुरवतो. ऐरणीवर हिऱ्याला पैलू पाडतो. पाषाणाच्या दिव्य खड्यांना समुद्रफुलाच्या पाण्यात कोळून निवळतो, सारा लफ्फेदार साजशृंगार तुम्हांला श्रीमंत, सकलगुणालंकारमंडित करण्यासाठी. आम्ही आलो आहोत रत्न माणिक मोत्यांची पेठ घेऊन तुम्हांसाठी; जयपूर, उदेपूर, गोवळकोंडा, हैदराबाद, सुरत, माळवा, बुंदेलखंड, नौलखापासून. सगळी रत्नं देशोदेशीच्या खाणींतल्या पाषाणगर्भांतली. तर पोवळी, मोती सागरगर्भातल्या शंखशिंपल्यांच्या ओटीपोटांतली!

- श्री. दा. पानवलकर

■ दर दिवसाला ■

दर दिवसाला जीवनमार्गी नवी पायरी चढतो मी
इतरांसंगे कमी परंतू अधिक स्वत:शी लढतो मी!

- संत कबीर

■ शब्द ■

शब्दांना वजन असते, नाद असतो, आणि रूप देखील असते. शब्दाचे हे सारे गुण ध्यानात घेऊन मगच तुम्ही चांगले वाक्य लिहू शकाल. अशा वाक्याकडे बघताना मनाला समाधान वाटते आणि त्याबरोबरच, ते कुणी आपल्याला वाचून दाखवले तर, ऐकतानाही अतिशय आनंद होतो.

- वुइल्यम सॉमरसेट मॉम

■ स्त्रीचे क्रौर्य ■

पुष्कळदा असे वाटते की स्त्रियांच्या कोमलतेतच एक प्रकारची काव्यमय क्रूरता, त्यांच्या अबलतेतच एक प्रकारचं मोहक बल भरलेलं असतं. फुलाच्या सुवासाच्या अतिरेकात जसा उन्मादकारक दर्प असतो, फळाच्या अतीव माधुरीत जसा मद्याचा अर्क असतो तशी स्त्रियांच्या कोमलतेची विकृती क्रौर्यात होत असावी. आपल्या पतीला दायादाचं नरडं फोडून त्याचं रक्त प्यायला प्रवृत्त करणारी द्रौपदीची

सूडबुद्धी हे स्त्रियांच्या या क्रूरपणाचं अभिजात उदाहरण आहे एक!

— ग. त्र्यं. माडखोलकर

■ शांतपणे ■

शांतपणे बसते
काहीही न करता,
तरी वसंत ऋतु येताच
गवताला जागच्या जागी
सहज येते वाढता!

— जपानी हायकू

■ चंगळवादी जीवनशैली ■

उच्चवर्ग आणि मध्यमवर्ग मिळून भारतामध्ये आज जवळ जवळ वीस कोटी लोकसंख्या आहे. म्हणजे दुसरी अमेरिकाच भारतात आहे. ही भारतातली अमेरिका झपाट्याने अमेरिकेची जीवनशैली, खाण्यापिण्याची रेलचेल, शरीरश्रमापासून सुटका, दारू व धूम्रपान अशी जीवनशैली स्वीकारतो आहे. आधुनिक जीवनात मोटर, टी. व्ही., फ्रीज व हॉटेल यांचं महत्त्वाचं स्थान आहे. त्यामुळे बैठी खादाड जीवनसंस्कृती निर्माण झाली आहे. सोबत वाढती महत्त्वाकांक्षा आणि करियरमधली प्रचंड स्पर्धा व धावपळ यांमुळे मानसिक ताणदेखील पाश्चिमात्यांसारखाच निर्माण झाला आहे. म्हणून भारतामध्ये हृदयरोगाचं प्रमाण अचानक वाढलेलं आपण बघतो आहोत.

— डॉ. अभय बंग

■ स्वतःची ओळख ■

विपत्काळातच माणसाला स्वतःची खरी ओळख पटते. कारण यावेळी त्याच्याभोवती, केवळ त्याच्या वैभवामुळे जमलेल्या, त्याची सतत हांजी हांजी करणाऱ्या खुशामतखोर स्तुतिपाठकांचा घोळका नसतो.

— सॅम्युएल जॉन्सन

■ मूळ कारण ■

आपल्याला येणाऱ्या बहुतेक अपयशांचे कारण पुरेशा आत्मविश्वासाचा अभाव होय. आणि आपल्याला आत्मविश्वास नसतो याचे कारण आपल्याजवळ बळकट इच्छाशक्ती नसते आणि उत्साहाने भरपूर कष्ट करण्याचीही तयारी नसते.

— पं. जवाहरलाल नेहरू

सुवर्णमुद्रा । ६५

■ केव्हा भेटसी केशवा ■

कन्या सासुऱ्यासी जाये । मागे परतोनी पाहे
तैसे झाले माझ्या जीवा । केव्हा भेटसी केशवा? ॥
चुकलिया माये । बाळ हुरूहुरू पाहे
जीवनावेगळी मासोळी । तैसा तुका तळमळी ॥

— संत तुकाराम

■ घरगुती औषध ■

घरगुती औषधे तशी खूप आहेत. परंतु प्रेमळ, सोशिक आणि कर्तव्यदक्ष पत्नी हे त्यांतले सर्वांत उत्तम असे औषध आहे!

■ एकटेपणाचे महत्त्व ■

एकटे राहण्याची सवय करून घ्या. एकटेपणाचे फार फायदे आहेत. ते गमावू नका. स्वतःचा सहवास स्वतः अनुभवणे, त्यात रमणे ही फार आनंददायक गोष्ट आहे. ती साध्य झाली तर तुम्हाला इतरांच्या संगतीशिवायही सुखासमाधानाने राहाता येईल. एकदा अनुभव तर घेऊन पाहा!

■ सतीचे वाण ■

की घेतले न व्रत हे आम्हि अंधतेने
लब्धप्रकाश इतिहास निसर्गमाने
जे दिव्य दाहक म्हणून असावयाचे
बुद्ध्याचि वाण धरिले करि हे सतीचे

— स्वातंत्र्यवीर सावरकर

■ सुखाचे मर्म ■

थोडासा समंजसपणा, थोडीशी सहनशील वृत्ती, थोडीशी विनोदबुद्धी - आणि मग पृथ्वी या ग्रहावरचा तुमचा रहिवास किती सुखाचा होतो पहा!

— वुइल्यम सॉमरसेट मॉम

■ सांजवेळेचा प्रकाश ■

बंगल्याच्या आवारातील शेकडो नारळीच्या फांद्यांच्या असंख्य फटींतून पश्चिमेला उसळलेला तप्तसुवर्णरंगाचा कल्लोळ धडाडलेला दिसत होता आणि साऱ्या सृष्टीवर

त्या कल्लोळाच्या ठिणग्या उडाल्यासारखं भासत होतं. नारळींच्या काळसर, हिरवट फांद्यांच्या झुपक्यांना प्रकाशाच्या लाल सोनेरी मुलाम्यानं काही एक अवर्णनीय शोभा आली होती; आणि झाडांच्या मंद हेलकाव्यामुळं त्याच्यातील फटी मागंपुढं अशा बदलत त्यामुळे जणू क्षितिजावरच्या दीप्तिसागरावर लाटा उसळल्यासारखं वाटत होतं.

- ना. सी. फडके, अटवेपार

■ रत्नजडित सिंहासन ■

रत्नजडित सिंहासन । वरी शोभे रघुनंदन ।।
वामांकी ते सीतामाई । जगज्जननी माझी आई ।।
पश्चाद्भागी लक्ष्मण । पुढे अंजनीनंदन ।।
भरत शत्रुघ्न ते भाई । चामरे ढाळिती दोही बाही ।।
नळ नीळ जांबुवंत । अंगद सुग्रिव बिभीषण भक्त।।
देहे बुद्धी नेणो काही । दास अंकित रामापायी ।।

- श्री समर्थ रामदास

■ बाग ■

बाग नेहमीसारखीच उल्हासाने हसत होती. माथ्यावरच्या आभाळाला झळझळीत निळाभोर रंग चढला होता. वाऱ्याच्या थंडगार झुळका अंगाला गुदगुल्या करून जात होत्या. हिरवळीच्या मऊ लुसलुशीत स्पर्शाने पायांचे तळवे सुखावत होते. पाने डुलत होती. कर्दळीवर लालशेंदरी रंगांचा शिडकाव झाला होता. बागेत वेलींवरून रंगीबेरंगी घोस ओथंबले होते. झाडापानांवर साचलेल्या पाण्याच्या थेंबांत भोवतालची सृष्टी प्रतिबिंबित झाली होती. बघावे तिकडे आनंद, उल्हास, प्रसन्नता होती.

■ शिस्त ■

नानासाहेबांच्या घरात रात्री सारे एका पंगतीला बसून जेवत. जेवताना कुणीही बोलायचे नाही अशी त्यांनी सर्वांना शिस्त लावून दिली होती. एकदा रात्री सर्वजण जेवत असताना छोटा शिरीष वडलांना म्हणाला, 'नाना-' 'जेवताना कुणी बोलायचं नाही म्हणून सांगितलं आहे ना तुम्हाला? बोलू नकोस. मुकाट्यानं पुढं बघून जेव!' नानासाहेब म्हणाले. 'पण नाना-' शिरीषने पुन्हा बोलण्याचा प्रयत्न केला. 'अं हं! बोलायचं नाही म्हणजे नाही. एकदम चूप!' नानासाहेबांनी दरडावून म्हटले. शिरीष हिरमुसला. तो खाली बघून घास घेत राहिला. जेवून सर्व मंडळी बाहेरच्या दिवाणखान्यात आली तेव्हा नानासाहेबांनी शिरीषला जवळ घेऊन कुरवाळून म्हटले,

सुवर्णमुद्रा । ६७

'हं, आता सांग बरं तुला काय सांगायचं होतं ते?' 'तुमच्या कढीच्या वाटीत माशी पडली होती म्हणून -'

■ प्रतिभा आणि बुद्धिमत्ता ■

अव्वल दर्जाची प्रतिभा ही बऱ्याचं वेळा उपाशी मरते. पण बऱ्यापैकी असलेली बुद्धिमत्ता मात्र जरीची आणि मखमलीची वस्त्रे परिधान करून डौलाने मिरवत असते.

- वुइल्यम सॉमरसेट मॉम

■ शरत्सुंदरी ■

सस्यांचा बरवा अनर्घ्य हिरवा शालू असे नेसली
जाईची जुइची गळा धरितसे जी रम्य पुष्पावली
ती भाळी तिलकांकिता शशिमुखी आता शरत्सुंदरी
माथा लेवुनि केवडा विचरते घेवूनि पद्मे करी!

- केशवसुत

■ अभिजात ग्रंथ कोणता? ■

अभिजात ग्रंथाचे नाविन्य केवळ विचारांत नसते किंवा केवळ शैलीतही नसते. त्याच्या सर्व अंगप्रत्यंगांतून नाविन्याच्या ऊर्मी उसळत असतात. ज्ञानेश्वरीची भाषा सात शतकांच्या पूर्वीची आहे. पण आजही, ज्ञानेश्वरीचा एखादा अध्याय कोणी आपल्याला वाचून दाखवला तर 'शब्द जैसे कल्लोळ अमृताचे' असाच भास आपल्याला होतो की नाही? तेव्हा, अभिजात ग्रंथ कोणता? तर जो केव्हाही वाचावयाला हातांत घेतला असता मनाला नवा आनंद देतो तो!

■ चांदणे ■

शुक्लपक्षातल्या रात्री. सूर्यकुळातला परप्रकाशित भुवनदिवा मंद तेजाने तळपत असतो. त्याचे उन्मादक चांदणे गिरिशिखरांवर, वनकाननांवर, उद्यानांवर, पदपथांवर आणि मैदानांवर सांडलेले असते. घरेदारे आणि विशाल इमारतींचे सौध चांदण्याने उजळून निघतात. सामान्य वस्तूंमधलेही गुप्त लावण्य चंद्राच्या साक्षीने प्रकट होते आणि मनुष्यमात्रांची मने अबोध सुखसंवेदनांनी मोहरून येतात. कुठलाही आव न आणता चांदणे मनांमनांवर आनंदाची किमया करते. एका गूढ नशेमध्ये सगळे स्थिरचर मग्न होते.

- राम शेवाळकर

■ विहीर ■

विहीर. विहिरीच्या पाळीवर वाकून उभं आहे कण्हेरीचं एक झाड. लालभडक फुलं. आत विहीरीत बघितलं की कशी घेरी येते. पण आत कसं थंड, शांत, गूढ वाटतं, नाही? आपल्या विहिरीचं पाणी किती गोड. त्यात ते कण्हेरीचं फूल तरंगतं. दोरीला झटके दिले की बादली उलटीपालटी होते नि पुरेपूर भरलेल्या बादलीत ते लाल फूल तरंगत वर येतं. गंमत. विहिरीच्या काठावर रेलून आत बघावं. हळूच आवाज द्यावा, 'कोण?' हळूच परत आवाज येतो, 'कोण?' अन् मग अगदी अनावर हसू येतं. उगीचच येतं नि विहिरीतून सुद्धा मंजुळ मंजुळ हसण्याचा झंकार उमटतो. विहिरीचं नितळ पाणी. डोलणारं कण्हेरीचं फूल. मनासारखं डोलणारं.

- शरच्चंद्र मुक्तिबोध

■ हरि आला रे हरि आला रे ■

हरि आला रे हरि आला रे । संतसंगे ब्रह्मानंदु झाला रे ॥
हरि येथे रे हरि तेथे रे । हरिवाचुनि न दिसे रिते रे ॥
हरि पाही रे हरि ध्यायी रे । हरिवाचुनि दुजे नाही रे ॥
हरि वाचे रे हरि नाचे रे । हरि पाहता आनंदु साचे रे ॥
हरि आदि रे हरि अंती रे । हरि व्यापक सर्वांभूती रे ॥
हरि जाणा रे हरि वाना रे । बाप रखुमादेवीवरु राणा रे ॥

- श्री ज्ञानदेव

■ थोडे तुझे, थोडे माझे ■

थोडे तुझे, थोडे माझे । सारे आपुल्या दोघांचे
कुठे शुभ्र, कुठे अभ्र । रंग अनोखे नभाचे
काही प्राप्त, काही लुप्त । काही फक्त क्षितिजाचे
नाही खंती - जे जे हाती । ते ते आनंदघनाचे!

- कृ. ब. निकुम्ब

■ एक गुजराती श्लोक ■

जो पाणी देईल त्याला चांगले जेवण द्यावे. जो आपल्यापाशी येऊन मस्तक नमवील त्याला साष्टांग दंडवत घालावा. जो एका पैशाची झीज सोशील त्याचे ऋण मोहरांनी फेडावे. जो प्राण वाचवील त्याच्या दुःखनिवारणाच्या कामी आपले प्राण वेचावे. एका उपकाराबद्दल दहा उपकार करावे. परंतु या जगात सर्वश्रेष्ठ तोच आहे

की जो कायावाचामने करून अपकाराची परतफेडही उपकारानेच करतो !

■ इतुके दे मजला ■

इतुके दे मजला दे मजला । मागतसे हरि तुजला ॥
संतसमागम अर्चा । सारासार ज्ञानचर्चा ॥
भगवद्भजनी लागो । मन हे तुझिया स्वरुपी लागो ॥
असेचि वैभव देई । शिवदिन गुरुचे पायी ॥

- शिवदिन केसरी

■ नि:शब्द ■

उत्कट दु:खाप्रमाणे उत्कट आनंदही नि:शब्द असतो.

■ हरिभजनावीण ■

हरिभजनावीण काळ घालवू नको रे ॥
दोरिच्या सापा भिउनि भवा । भेटि नाहि जिवा शिवा ।
अंतरिचा ज्ञानदिवा । मालवू नको रे ॥
विवेकाची ठरेल ओल । ऐसे बोलावे की बोल ।
अपुल्या मते उगिच चिखल । कालवू नको रे ॥
संतसंगतीने उमज । आणुनि मनी पुरते समज
अनुभवावीण मान । डोलवू नको रे ॥
सोहिरा म्हणे ज्ञानज्योती । तेथे कैची दिवसराती ।
तयावीण नेत्रपाती । हालवू नको रे ॥

- सोहिरोबानाथ अंबिये

■ नश्वर ■

या जगात सारेच नश्वर आहे. इथे व्यक्ती येतात आणि जातात त्याप्रमाणेच सुखदु:खेही उत्पन्न होतात आणि अंत:करणाला कमी अधिक पीळ पाडून नाहीशी होतात. नदीच्या पाण्यात सापडलेली गवताची काडी पात्रातील एखाद्या भोवऱ्यात सापडते आणि थोड्या वेळाने पुन्हा त्यातून सुटून पुढे जाते. तद्वतच या सृष्टीच्या ओघात पडलेल्या जीवात्म्यांचे आहे. सुखदु:खांच्या भोवऱ्यांभोवती काही काळ घुटमळणे आणि पुन्हा भवनदीच्या ओघाबरोबर पुढे जाणे हाच त्यांचा क्रम आहे.

७० । **सुवर्णमुद्रा**

■ **संधी** ■

दुबळी माणसे संधीची वाट बघत राहातात. पण सामर्थ्यसंपन्न माणसे स्वत:साठी संधी निर्माण करतात.

■ **आत्मतृप्ती** ■

कोळ्याचे जाळे कितीही वेळा तुटले तरी तो आपल्या अंतरंगातून धागा काढून ते पुन्हा गुंफतो. तो धाग्यासाठी दुसऱ्यावर अवलंबून नसल्यामुळे त्याला कोणी निराधार करू शकत नाही; त्याचे जाळे त्याच्यापासून कुणी हिरावून घेऊ शकत नाही. तशी माणसाची वृत्ती असली पाहिजे. तरच दु:खाने आणि निराशेने भरलेल्या या संसारात त्याचा निभाव लागेल.

– ग. त्र्यं. माडखोलकर

■ **उंडीच्या झाडाचे सौंदर्य** ■

उंडीच्या झाडाचे सौंदर्य मराठी साहित्यात अजून कोठेच आले नाही. उंडीच्या कडू तेलामुळे त्याला लोक नाक मुरडतात! मी मात्र उंडी, फणस, भेंड या झाडांच्या सौंदर्याने वेडावून जातो. इतका विपुल दाट पर्णभार कोणत्या झाडाला आहे? काळसर दाट अशा पानांना खवल्यांनी युक्त अशा मजबूत बुंध्याचा आधार. आणि त्याचा तो डौलदार असा आकार! नदीच्या काठाला जिथे असे उंडीवन असते तिथून तर उठूच नये असे वाटते. वसंत ऋतूत त्याला सुरंगीच्या फुलाशी स्पर्धा करणाऱ्या मंजिऱ्या येतात. कडू तेल देणाऱ्या या झाडाच्या गोड, मादक अशा मंजिऱ्या! मनुष्याने दुर्लक्ष केले तरी पोपट खरा रसिक. पोपटांचे थवे उंडीच्या झाडावर हटकून सापडतात.

– वा. रा. गानू, मुरुड

■ **बाइ या पंढरपुरात** ■

बाइ या पंढरपुरात । नांदे विठोबा दलाल ।
सोन्याच्या तागडीत । मोजी रुक्मिणी गुलाल ॥
बाइ या पंढरपुरात । कपिला गाय व्याली ।
विठोबाच्या जेवणाला । दुधाची खीर केली ॥
बाइ या पंढरपुरात । रुक्मिणीची लगबग ।
सव्वा खंडीचा घरात । करते मोहनभोग ॥
बाइ या पंढरपुरात । पाहा सोन्याचे रांजण ।

सुवर्णमुद्रा । ७१

चंद्रभागेवर नंदी । पाणी पिती आनंदानं ॥
बाइ या पंढरपुरात । झाली विठोबाला रात ।
रुक्मिणी बघते वाट । कमानी दरवाज्यात ॥

- पारंपरिक ओव्या

■ उपाय ■

भरपूर कष्ट करणे हा दु:खावरचा एक उपाय आहे.

■ अडचणी यायच्याच ■

अडचणी ना, त्या यायच्याच. अडथळे ना? ते अडवायचेच. पण त्यांचे काम तुम्हाला निरुत्साही करणे नव्हे, तुम्हाला उत्तेजन देणे हे आहे!

■ अवघड! ■

पारंपरिक भारतीय पद्धतीचं चौरस भोजन काट्याचमच्यांनी उभ्या उभ्या खाणं फार अवघड असतं. वजनाने बरीच जड असणारी थाळी, त्यात हारीने मांडलेले पदार्थ हे सगळे सांभाळत सुखाने जेवावं म्हटलं तर वाट्यांमधली पातळ कढी इतस्तत: धावते, फोडणीचं खमंग वरण श्रीखंडात मिसळतं. गरमागरम पुऱ्या कोशिंबिरीला लगटून लिबलिबीत होतात आणि निगुतीनं रांधलेल्या विविध पदार्थांचा लगदा कसाबसा पोटात ढकलण्याखेरीज गत्यंतर उरत नाही!

- शोभा डे

■ शेजारचे अंगण ■

शेजाऱ्याच्या अंगणात साठलेल्या कचऱ्यावर टीका करण्यापूर्वी आपल्या घरासमोरचं अंगण झाडून स्वच्छ करा.

■ नामदेवाचे कुटुंब ■

संत नामदेवांच्या कुटुंबात एकंदर पंधरा माणसे होती. दामाशेटी हे त्यांचे वडील; गोणाई ही त्यांची आई; आऊताई ही बहीण; राजाई ही पत्नी; नारा, विठा, महादा, गोंदा हे चार मुलगे; लाडाई, गोडाई, येसाई, साखराई या चार सुना; लिंबाई ही कन्या; दासी जनी व स्वत: नामदेव असे हे पंधराजणांचे कुटुंब पंढरपूरला विठ्ठलमंदिरासमोरच्या घरात नांदत होते.

७२ । सुवर्णमुद्रा

■ पुण्यतिथी, स्मृतिदिन ■

आजकाल आपण सुप्रसिद्ध पुरुषांची पुण्यतिथी करतो. स्मृतिदिन साजरे करतो. त्यासंबंधी ज्यांना आस्था असते असे चार लोक एकत्र जमतात, जोपर्यंत कालाच्या दाट पडद्याचे आवरण त्या पुरुषांवर पडलेले नसते तोपर्यंत लोकांच्या मनात त्यासंबंधी उत्साह असतो. परंतु जसजसा काळ जातो तसतसे त्यातील नाविन्य संपते आणि लोकांच्या उत्साहालाही ओहोटी लागते. कित्येक वेळी तर लोक त्या दिवशी जास्त जमणे न जमणे हे त्या दिवशीच्या व्याख्यात्यावर अवलंबून असते. व्याख्यात्याच्या लोकप्रियतेवर स्मृतिदिनाचे यशापयश अवलंबून राहाते.

- लीलाबाई पटवर्धन

■ सुवासिनीचे कुंकू ■

अहेवाचं लेणं । हात भरून काकणं
हळदीवर कुंकू । कपाळी दिसे छान
धनसंपदेचं । नको देवाला घालू कोडं
हळदी कुंकवाचं । राज्य असावं तेवढं
शेजी लेती लेणं । पुतळ्या कवा बवा
कपाळीचं कुंकू । नित दागिना माझा नवा
एका करंड्याचं कुंकू । रोज लेत्यात सासू सुना
सये ग शेजीबाई । असं भाग्य नाही कुणा

- पारंपारिक ओव्या

■ शिक्षा ■

बंड्या : आई, आपण न केलेल्या एकाद्या गोष्टीबद्दल आपल्याला कुणी शिक्षा करावी का ग?

आई : छे छे! न केलेल्या गोष्टीबद्दल शिक्षा करणे हे अगदी चूक आहे.

बंड्या : मग आई, आज आमच्या गुरुजींनीच ती चूक केली बघ, मी गृहपाठ लिहून आणला नाही म्हणून त्यांनी मला शिक्षा केली.

■ अंदमानचे बुलबुल ■

अंदमानमधील एका सुखाची आठवण न काढणे केवळ कृतघ्नपणा होईल. ते सुख म्हणजे तिथल्या बुलबुलांची करमणूक. अंदमानी बुलबुल सुरेख असतात. चिमुकले, रेखीव, चपळ! आणि ते त्यांचे सुंदर स्वर! खेळकर तरी किती. त्यांचे थवेचे थवे माझ्या चाळीसमोर किलबिल किलबिल करीत असायचे. गंभीर विचार

झेपेनात म्हणून जेव्हा बळे बळे लहान सहान गोष्टींत मी स्वत:ला रंजवू लागे तेव्हा या बुलबुलांनी माझे मनोरंजन करावे.

- स्वातंत्र्यवीर सावरकर

■ जळत हृदय माझे ■

जळत हृदय माझे जन्म कोट्यानुकोटी
मजवरि करुणेचा राघवा पूर लोटी
झडकरि झड घाली धाव पंचानना रे
तुजविण मज नेती जंबुकी वासना रे

- श्री समर्थ रामदास

■ छंद ■

सुप्रसिद्ध चित्रकार आणि 'मोनालिसा' चा निर्माता लिओनार्दो दा व्हिंची याला एक विलक्षण छंद होता. पाखरे विकण्यासाठी जे लोक बाजारात येत त्यांच्याकडून तो त्यांच्या मागणीप्रमाणे भरपूर पैसे देऊन पाखरे खरेदी करी आणि मग त्यांना आकाशात मुक्त विहारासाठी सोडून देई. पाखरांना बंदिवासातून मुक्त करणे हा त्याचा मोठा आनंद होता.

■ हरीच्या करी ■

हरीच्या करी एक रंगीत काठी
उभा राहिला भीवरे वाळवंटी
तुरा खोविला मस्तकी मंजरीचा
असा देखिला विठ्ठलो पंढरीचा!

■ विजयी वीर ■

खरा विजयी वीर तोच, जो आपल्या प्रतिस्पर्ध्यावर आघात न करता केवळ समजुतीच्या शब्दांनी त्याला जिंकतो!

- चिनी म्हण

■ प्रार्थना - १ ■

प्रार्थनेमुळे परिस्थिती बदलत नाही. पण प्रार्थनेमुळे माणसे बदलतात, आणि बदललेल्या माणसांना प्राप्त परिस्थिती बदलण्याचे सामर्थ्य लाभते.

७४ । सुवर्णमुद्रा

■ प्रार्थना - २ ■

एखादे सत्कृत्य ही देखील एक प्रार्थनाच असते.

■ एक श्लोक ■

ज्या नरासि रुपये त्यासि रूप ये न ये
ज्या नरासि होन हो त्यासि रूप हो न हो
ज्या नरासि पूतळ्या त्यासि वश्य पूतळ्या
ज्या नरासि मोहरा तो जगात मोहरा!

■ मा शस्त्र ■

क्षमा शस्त्र करी ज्याच्या । दुष्ट काय करी तया
तृण नाही तिथे अग्नी । जाई पूर्ण विझोनिया

- संस्कृत सुभाषित

■ कवीचे स्मारक ■

कवीची कविता हेच त्याचे सर्वोत्तम स्मारक असते. त्याचे राहते घर सुरक्षित ठेवले नाही तरी चालेल, त्याचे पुतळे उभारले नाहीत तरी चालेल, पण त्याची कविता जिवंत आणि सुरक्षित राहाणे, ती लोकांपर्यंत पोहोचणे हे अधिक महत्त्वाचे आहे.

- वि. वा. शिरवाडकर

■ तोचि साधू ओळखावा ■

जे का रंजले गांजले । त्यांसी म्हणे जो आपुले ।
तोचि साधु ओळखावा । देव तेथेची जाणावा ॥
मृदु सबाह्य नवनीत । तैसे सज्जनांचे चित्त ।
ज्यासि आपंगिता नाही । त्यासि धरी जो हृदयी ॥
दया करी जे पुत्रासी । तेचि दासा आणि दासी ।
तुका म्हणे सांगू किती । त्याचि भगवंताच्या मूर्ती ॥

- संत तुकाराम

■ पूर्वजांचा अभिमान ■

आपल्या पूर्वजांची लाज आपल्याला वाटू लागली की समजावे, आपला विनाश समीप आला आहे. मी एक क्षुल्लक हिंदू आहे आणि तरीही मला हिंदू जातीचा मोठा

गौरव वाटतो. माझ्या पूर्वजांचाही मला मोठा अभिमान वाटतो. हिंदू म्हणवून घेण्यात मला मोठा गौरव वाटतो, तसाच तुम्हा हिंदूचा मी एक सामान्य सेवक आहे याचाही मला मोठा गौरव वाटतो. स्वत:वर श्रद्धा ठेवा, आपल्या पूर्वजांचा अभिमान बाळगा आणि कुणाचे अनुकरण करू नका!

- स्वामी विवेकानंद

■ उदास दास-बोलणे ■

असेल ते सुखे असो
नसेल ते सुखे नसो
कळेल त्या सुखे कळो
वळेल त्या सुखे वळो
उदास दास-बोलणे
उदास दास-चालणे
उदास याचि कारणे
नव्हे मनासि पारणे

- श्री समर्थ रामदास

■ माझे माझ्यापुरते ■

अजंठा वेरूळची लेणी पाहायला दहापंधरा वर्षांपूर्वी मी गेले होते. आणि माझा जीव इतका आनंदाने, हुरहुरीने भरून आला, इतका भरून आला की काय करावे, ते कसे सांगावे हेच मला कळेना. मग मी तिथलीच थोडीशी माती उचलली, एक लहानसा शेवाळलेला आकारहीन दगड उचलला आणि स्वत:च्या पर्समध्ये हळूवारपणे ठेवून दिला. तो दगड त्यावेळी आणि आताही दगड नव्हता आणि तो म्हणजे त्या क्षणाचे ते माझे अद्‌भुत भारलेपण आहे. त्याचेच अपत्य असावे तसे रसरशीत जिवंत असे आभाळी रंगाचे एक कोमल फूल आहे. मला माहीत आहे, हे सारे फक्त माझे, माझ्यापुरतेच आहे. इतरांच्या नजरेला तो एक आकारहीन शेवाळलेला दगड आहे. असेलही! मला त्याची पर्वा नाही.

- डॉ. सरोजिनी वैद्य

■ मित्र ■

जो माझ्यावर प्रेम करतो तो मला कोमल भावना शिकवतो. जो माझा तिरस्कार करतो तो मला सोशीकपणाचा पाठ देतो. आणि जो माझ्याविषयी उदासीन असतो तो मला स्वावलंबी कसे असावे याची शिकवण देतो. हे सारे माझे मित्रच आहेत.

■ पुरीचा जगन्नाथ ■

पूर्व समुद्राच्या तीरी
देव उभा जगन्नाथ
बलराम नि सुभद्रा
दोन्ही भावंडे सांगाती
विरूप विकट मूर्ती!
अंगुलींचा पत्ता नाही
नाही पाय नाही हात
काष्ठातून कोरियले
परब्रह्म की साक्षात
पुरीचा हा जगन्नाथ!

- कवी मागुणीदास

■ आई ■

परमेश्वर कितीही सर्वशक्तिमान असला तरी एकाच वेळी जगात सर्व ठिकाणी हजर असणे त्याला शक्य होत नाही. यासाठी आपलेच एक प्रतिरूप म्हणून त्याने आई निर्माण केली. आई म्हणजेच इहलोकातला परमेश्वर!

■ गिरीचे मस्तकी गंगा ■

गिरीचे मस्तकी गंगा । तेथुनी चालिली बळे ।
धबाबा लोटल्या धारा । धबाबा तोय आपळे ॥
गर्जतो मेघ तो सिंधु । ध्वनिकल्लोळ ऊठिला ।
कडयासी आदळे धारा । वात आवर्त होतसे ॥
दराच तुटला मोठा । झाडखंडे परोपरी ।
निबीड दाटली छाया । त्यामध्ये वोघ वाहती ॥
विश्रांती वाटते तेथे । जावया पुण्य पाहिजे ।
प्रचीत पाहता मोठी । जन्म धन्यचि होतसे ॥

- श्री समर्थ रामदास

■ प्रार्थना ■

तिच्याकडून मला जे मिळाले त्याची पतरफेड करण्याची वेळ आता निघून गेली आहे. तिच्या जीवनरात्रीला आता प्रभात भेटली आहे. आणि प्रभो! तू आता

सुवर्णमुद्रा । ७७

आपली ती सुकन्या परत आपल्या बाहुपाशात घेतली आहेस. जी कृतज्ञता आणि समर्पण तिच्यासाठी होते, ते घेऊन मी आता तुझ्याकडेच आलो आहे. प्रभो! ज्या कळ्यांची फुले व्हावी म्हणून तिने वाट पाहिली, ती माझ्या प्रेमाची फुले आता मी तुझ्याच चरणी वाहात आहे.

- रवींद्रनाथ टागोर

■ अवघ्या गगनाचा गाभा ■

जिकडे पाहे तिकडे उभा । अवघा गगनाचा गाभा ।।
डोळा बैसले बैसले । रूप राहोनी संचले ।।
न वर्जिता दाही दिशा । जिकडे पाहे तिकडे सरिसा ।।
तुका म्हणे समपदी । उभा दिठीचिये आधी ।।

- संत तुकाराम

■ बीजभूमिन्याय ■

कुठे तरी वाचनात आले आहे, बीजामध्ये काही गुण अंगचे असतात. पण ते बीज ज्या जमिनीत पडले असेल ती देखील बीजाला आपले म्हणून काही विशेष गुण देते. तिचे सकसपण किंवा निकसपण बीजाला पोषक किंवा मारक ठरते. हा बीजभूमिन्यायाचा दृष्टांत जर ध्यानात घेतला तर असे म्हणता येईल की सर्व भावंडे आपल्या आईवडिलांची मुले असतात. परंतु बापाचे किंवा आईचे जास्तीत जास्त गुणधर्म विकसित होतात ते एखाद्याच मुलात.

■ चमत्कार ■

आणि मग एक चमत्कार घडतो. सारा वाडा एकदम माणसांनी गजबजून जातो. सवाष्णींची ये जा सुरू होते. रेशमी पदर सळसळतात. लहान मुलांचे रडणे राहून राहून ऐकू येते. तरण्याताठ्या मुलींची कुजबुज उमटते आणि त्यांच्या हसण्याचे किनरे आवाज वाऱ्यावर लहरत दूर दूर जातात. बांगड्या किणकिणतात आणि जोडव्यांचा दमदार आघात करत चालणारा पावलांचा पायरव कानांवर येतो. मुंडावळ्यांचे बेगडपदर चमचमतात. बाशिंगांचे तुरे अचानक डोळ्यांत भरतात. सनईचे सूर कानी पडतात आणि त्यातूनच अचानक मध्येच कुठे खोल हुंदका उमटतो!

■ पराक्रम ■

विनायकराव बँकेत कारकून होते. एके दिवशी संध्याकाळी बँकेतून घरी येताच

७८ । सुवर्णमुद्रा

ते प्रसन्न चेहऱ्याने पत्नीला म्हणाले, 'आज काय झालं माहीत आहे? बँकेच्या मॅनेजरनं चक्क माझी माफी मागितली!'

'अगबाई, ती कशी काय?' पत्नीने कौतुकाने विचारले.

'मी मॅनेजरला म्हटलं, मला पाच लाखांचं कर्ज हवंय. तेवढं मंजूर करा.' विनायकराव सांगू लागले.

'मग काय झालं?' पत्नीने प्रश्न केला.

'मॅनेजर म्हणाला, 'माफ करा विनायकराव. येवढं कर्ज मी मंजूर करू शकत नाही.' विनायकराव विजयी स्वरात म्हणाले, 'म्हणजे बघ. मागितली ना माझी माफी त्यानं?'

■ पेशवाईतली विलासमंदिरे ■

केली मजसाठी रंगीत हवेली खाशी
छते आरशांची बशिवली रंग गुलबाशी ॥
खांब चौगर्दा सुरुदार मधिल मजल्यासी
रेशमी दोऱ्या शोभतात झोपाळ्यासी ॥
रुजामे खाली मऊ साफ स्वच्छता त्यासी
सभा इंद्राची आणिली याच ठायासी ॥
हवाशिर उडती कारंजी ठायी ठायी
छड्या नीट गेल्या गुलछबू फुलल्या जाई ॥

- शाहीर प्रभाकर

■ देखावा ■

गाडी खूप वेगाने चालली होती. खिडकीतून बाहेर पाहिले की झाडे झुडपे भराभर मागे पडत असलेली दिसत होती. माथेरानचा डोंगर दूर अंतरावर आणि सपाटीवरची वाळलेल्या गवताने झाकलेली धावती जमीन जवळ असा देखावा सारखा दृष्टीसमोर होता. मध्येच एखादी पाणथळ संध्याकाळच्या तिरप्या सोनेरी किरणांनी चमके, आणि पाणथळीशी उभी राहिलेली जनावरे आगगाडीच्या धडधडाटाला भिऊन शेपट्या उभारून पळून जात. पाणी भरणाऱ्या बायका आपली अर्धवट पाण्यात बुडालेली मडकी तशीच ठेवून गाडीकडे हसऱ्या नजरेने पाहात व त्यांच्याबरोबर आलेली त्यांची उघडी, काळीसावळी मुले गाडी पाहून आनंदाने नाचत. आरोळ्या मारून हातवारे करत. त्यांचा तो किलकिलाट मोठा मनोरम वाटे.

- ना. सी. फडके

सुवर्णमुद्रा । ७९

■ सापाच्या पिलाचा प्रश्न ■

एकदा एका सापाच्या पिलाने आईला घाईघाईने प्रश्न विचारला, 'आई ग, आपण कोणत्या प्रकारचे साप आहोत? विषारी की बिनविषारी?' 'आपण पूर्ण बिनविषारी आहोत बाळा' आई म्हणाली, 'पण का रे, आजच हा प्रश्न तुला का पडला?' पिल्लू जरा ओशाळलेल्या स्वरात म्हणाले, 'अग आई, आता किनई, माझ्याच दातांनी माझी जीभ चावली गेली. म्हणून घाबरलो मी!'

■ त्याग ■

त्या दोघांचे लग्न होऊन सहा महिने उलटले होते. एके दिवशी लाडात येऊन ती त्याला म्हणाली, 'पतिपत्नींनी एकमेकांसाठी खूप त्याग करायला हवा. आता हेच बघा ना, स्वयंपाकाची मला मुळीच आवड नाही. पण मी रोज खपून तुमच्यासाठी स्वयंपाक करते. त्यागच नाही का हा?' 'आणि मी हूं की चूं न करता तो स्वयंपाक मुकाट्यानं खातो!' तो म्हणाला, 'हा माझाही त्याग नाही वाटतं?'

■ घाटातील सुंदर नारी ■

अलिकडे कसाऱ्याच्या घाटात एक सुंदर स्त्री रात्रीबेरात्री रेल्वे लाइनच्या कडेने हिंडताना दिसत असे. तिचा बांधा उंच होता. ती सडपातळ होती. इरकली लुगडे, पायांत चांदीचे तोडे, कमरेला चांदीचा कंबरपट्टा, उरावर सोन्याच्या पुतळ्यांची माळ, साज आणि चितांग, डोळ्यांत काजळ, कोपरात कशिद्याची चोळी आणि कपाळावर मोठ्या कुंकवाचा टिळा असा तिचा थाट होता. तिच्या डोळ्यांत जादू भरून राहिली होती. तिची बाली उमर आणि पतली कमर यांची वर्णने करणारा हैराण होऊन जाई.

- र. वा. दिघे

■ चांदोबा चांदोबा भागलास का? ■

चांदोबा चांदोबा भागलास का?
लिंबोणीच्या झाडामागे लपलास का?
लिंबोणीचं झाड करवंदी
मामाचा वाडा चिरेबंदी
मामाच्या वाड्यात येउन जा
तूप रोटी खाऊन जा
तुपात पडली माशी
चांदोबा गेला उपाशी!

- पारंपरिक बालगीत

■ विज्ञान बळ ■

आम्हांला आज जे तोंड द्यावयाचे आहे ते विज्ञानयुगास आणि युरोपीय विज्ञान-बळासच द्यावयाचे आहे. युरोपियनांप्रमाणे विज्ञाननिष्ठ, प्रत्यक्षनिष्ठ, भौतिक, उपयुक्ततानिष्ठ झाले पाहिजे. समाजसंस्थेची जी संघटना करावयाची ती प्रत्यक्ष ऐहिक आणि विज्ञाननिष्ठ अशा तत्त्वांवरच केली पाहिजे. ती वाट चोखाळता चोखाळताच इंग्लंड, रशिया, जपान ही राष्ट्रे बलवान झाली.

- स्वातंत्र्यवीर सावरकर

■ क्षमा शस्त्र ■

क्षमा शस्त्र असे । जयाचिया हाती ।
शत्रू तयाप्रती । काय करी ।।
तृण नाही तेथे । पडला दावाग्नी ।
जाय तो विझोनी । आपसया ।।

- संस्कृत सुभाषित

■ प्रेमाची किमया ■

एक अक्षर प्रेमाचे
त्याची किमया ही मोठी,
संकुचित रूपात ते
फक्त एका व्यक्तीसाठी,
होता व्यापक परंतु
घेई सारे विश्व पोटी!

■ स्त्रीत्वाचा आदर्श ■

शरीराला कष्ट कितीही पडोत, दुःखे कितीही प्राप्त होवोत आणि कोणतीही संकटे येवोत, आपल्या दानतीत यत्किंचितही फरक होऊ द्यावयाचा नाही हा सीतेच्या वर्तनाचा आदर्श आर्यांनी आपल्यापुढे ठेविला आहे. सीता म्हणजे सौजन्य, शुद्धता आणि पातिव्रत्य यांची जिंवत मूर्ती! स्त्रीला शोभा देणारे जे जे गुण असावेत असे आपणांस वाटते ते ते सर्व सीतेच्या ठायी होते!

- स्वामी विवेकानंद

सुवर्णमुद्रा । ८१

■ बाळाचे मुख ■

चंद्राची धवल प्रभा शिरतसे दारातुनी ही इथे
बाळाच्या रमणीय कोमल अशा गालांवरी खेळते
उद्यानी मधुमालतीकुसुम ते चंद्रासवे हासते
बाळाचे मुख सुप्रसन्न मजला तैसेच हे भासते!

■ रायआवळे ■

निर्व्याज आणि निर्विकल्प प्रेमाच्या झाडावर मधुर प्रसंगांचे रायआवळे लागतात. या रायआवळ्यांचा जेव्हा बहर असेल तेव्हा ते रायआवळे खावेत. जेव्हा बहर नसेल तेव्हा त्या तसल्या रायआवळ्यांची नुसती अपेक्षा केली, त्यांवर तसल्याच आठवणींचे पाणी प्याले की, मुली म्हणतात ना, 'आवळा खावा, पाणी प्यावे, आणि माहेरी जावे' त्याप्रमाणे संसारात दुःखी प्रसंगांतही आनंदाचा झरा लागतो!

- य. गो. जोशी

■ सांगाडा ■

कोणत्या तरी गुराच्या शरीराचा संपूर्ण सांगाडा शेतात पडला होता आणि त्यावर बसलेली तीनचार गिधाडे त्याच्या बरगड्यांतून आपल्या चोची खुपशीत होती त्या सांगाड्यातले मांस बहुतेक संपलेच होते, पण हाडांच्या सांध्यांतून जे मांसुरडे शिल्लक उरले होते ते आपल्या लांब चोची त्यात खुपसून खाण्याचा प्रयत्न ती गिधाडे करीत होती. आपले अवजड पंख हलवून ती त्या सांगाड्याच्या या भागावरून त्या भागावर बसली म्हणजे तो मोठा थोरला सांगाडा जोराने हलत असे. त्या गिधाडांच्या आसपास कुत्रे आणि कावळे आपल्याला एखादा लचका तोडण्याची संधी मिळावी म्हणून घोटाळत वाट पाहात होते. कुत्री मागल्या पायांनी माती उकरीत वर तोंडे करून भुंकत होती आणि कावळे काव काव करीत भोवती घिरट्या घालीत उडत होते. पण त्यांची ती आशाळभूत ओरड गिधाडांच्या हिशबी नव्हती. ती संथपणे सांगाड्यावर बसून त्यात पुन्हा पुन्हा आपल्या चोची खुपशीत होती.

- ग. त्र्यं. माडखोलकर

■ सुख, दुःख, जगणे... ■

माझं दुःख माझं दुःख
जशी अंधारली रात
माझं सुख माझं सुख

हातातली काडवात!
माझं दु:ख माझं दु:ख
तळघरात कोंडले
माझं सुख माझं सुख
हंड्याझुंबरं टांगले!
जग जग माझ्या जीवा
असं जगणं तोलाचं
उंच आभाळासारखं
धरित्रीच्या रे मोलाचं!

– बहिणाबाई

■ सर्प विंचू नारायण ■

सर्प विंचू नारायण
परि ते वंदावे दुरून ॥

– संत तुकाराम

■ राष्ट्राची श्रेष्ठता ■

तुमच्या राष्ट्रात किती मोटारी आहेत, किती टोलेजंग इमारती आहेत यावर तुमचे राष्ट्र मोठे ठरत नाही. तुमच्या राष्ट्रात चारित्र्यसंपन्न, प्रामाणिक आणि कर्तव्यनिष्ठ अशा नागरिकांची संख्या किती आहे ते मला सांगा, म्हणजे मी तुमचे राष्ट्र किती श्रेष्ठ आहे ते सांगू शकेन!

– मार्टिन ल्यूथर किंग : नीग्रो नेता

■ चार्वाक मत ■

वेद ही धूर्त आणि मूर्ख माणसाची करणी आहे. हे सगळे पुरोहित एकजात कपटी, लबाड आहेत. पूर्वजन्म आणि पुनर्जन्म, स्वर्ग आणि नरक, कर्म आणि त्याचे फल या सगळ्या कावेबाज माणसांच्या लोणकढ्या थापा आहेत. आम्हांला वेदवचन सांगू नका. आमची बुद्धी आम्हांला प्रमाण आहे. प्रत्यक्ष हेच प्रमाण. अनुमान हे प्रमाण नाही. ईश्वर म्हणून कोणी नाही.

■ भेटवस्तू ■

'तुम्हाला एखादी भेटवस्तू मिळावी, पण ती वापरण्याची मात्र कधी तुमच्यावर

सुवर्णमुद्रा । ८३

वेळ येऊ नये, अशी वस्तू सांगता येईल का कुणाला?' बाईंनी वर्गात प्रश्न विचारला.

'बाई, थर्मामीटर!' डॉक्टरांची मुलगी उषा म्हणाली.

■ कृष्णाम्मा माझी ■

मुक्ताफळ नथ नाकी । चरणी ल्याली वाळे वाकी ।
पीतांबरे अंग झाकी । कृष्णम्मा माझी ॥
खांद्यावरी कांबळी । पायघोळ लांबली ।
पांघरली धाबळी । कृष्णम्मा माझी ॥
गायीपाठी लागली । पळता नाही भागली ।
मायबहीण चांगली । कृष्णम्मा माझी ॥
देहुडा पाउली । उभी माझी माउली ।
विश्रांतीची साउली। कृष्णम्मा माझी ॥
उभी नीट विटेवरी । शोभे भीवरेचे तीरी ।
नामयाची कैवारी । कृष्णम्मा माझी ॥

- संत नामदेव

■ सुखाची कल्पना ■

आपण सुखी आहोत की नाही, याची चिकित्सा करण्याइतका रिकामा वेळ तुमच्यापाशी असणे हेच तुमच्या दुःखाचे मूळ असते. आपण सुखी आहोत की दुःखी याचा विचार करायलाही ज्याला सवड नसते तोच खरा सुखी. सुखाची खरी कल्पना हीच आहे.

■ दोन मार्ग ■

प्रकाशाचा फैलाव करण्याचे दोन मार्ग आहेत. एक म्हणजे स्वतः प्रकाश देणारी मेणबत्ती होणे. दुसरे म्हणजे, ते जमले नाही तर प्रकाशाचे प्रतिबिंब प्रकट करणारा आरसा होणे.

■ अधिक चांगले ■

अंधारात तास न् तास बसून अंधाराच्या नावाने बोटे मोडण्यापेक्षा एक छोटीशी मेणबत्ती पेटवून थोडा तरी अंधार दूर करणे शतपटीने चांगले!

■ जन्मभूमी ■

पोटासाठी भटकत जरी दूरदेशी फिरेन
मी राजाच्या सदनि अथवा घोर रानी शिरेन
नेवो नेते जड तनुस या दूर देशास दैव
राहे चित्ती प्रिय मम परी जन्मभूमी सदैव

- वासुदेवशास्त्री खरे

■ जीवनाचे रहस्य ■

आपला अहंकार सोडून द्या, वासना, आसक्ती आणि क्रोध यांपासून दूर राहा. दुर्जनांची संगती कटाक्षाने टाळा. सुख आणि दु:ख ही जीवनातली अटळ सत्ये आहेत. जे या दोहोंचाही समत्व भावनेने स्वीकार करतात, त्यांनाच जीवनाचे रहस्य आकलन झाले आहे असे समजावे.

- गुरू नानक

■ दररोज ■

जे तुम्हाला करायला आवडत नाही किंवा करण्याची इच्छा नाही असे कोणतेही काम दररोज थोडे तरी करायला सिद्ध व्हा. आपली कर्तव्ये विनातक्रार पार पाडण्यासाठी स्वत:ला शिस्तबद्ध करण्याचा हा एक सुंदर नियम आहे.

- मार्क ट्वेन

■ छंद फुलझाडांचा ■

थोरले शाहू महाराज यांना सुंदर फुलांची, झाडावेलींची आवड होती. त्यांचे गुरू ब्रह्मेंद्रस्वामी धावडशीकर हे तर ऐश्वर्यसंपन्न आणि विलासी राजगुरू. त्यांनीही मोठमोठ्या फळझाडांच्या, फुलझांडाच्या बागा तयार केल्या होत्या. फणस, सुपारी, नारळ ही महाराष्ट्रातली फळझाडे तर त्यांत होतीच. पण त्याखेरीज उत्तरेकडून नाशपाती, बदाम, सुरू, केतकी अशी झाडेही त्यांनी मागवल्याचा उल्लेख ऐतिहासिक कागदपत्रांतून आढळतो. औरंगाबादेवरून फळझाडे व फुलझाडे यांच्या कुंड्या अनेकदा ते मागवत. शिवाय संत्री, लिंबू, द्राक्षे, यांखेरीज जाई, मोगरा, शेवंती, जुई ही परिचित फुलझाडे ही असत.

■ कालाचा प्रभाव ■

आज जो लेखक प्रतिभावंत म्हणून गौरविला जात आहे तो आणखी अर्धशतकाच्या

सुवर्णमुद्रा । ८५

काळानंतर एक बऱ्यापैकी बुद्धिमान लेखक म्हणून मानला जाईल.

- वुइल्यम सॉमरसेट मॉम

■ ग्रामीण प्रेम ■

संध्याकाळची वेळ. सूर्ये महाराज समिंद्राच्या पाण्यात बुडाले व्हते. चंदर महाराज 'मी येऊ का? मी येऊ का?' अशापरमाणे बिचकत वर येत व्हते. समिंद्राशेजारी वाळू व्हती. वाळू सरताच रस्ता लागत व्हता. रस्त्यावरून मानसं चालत व्हती. त्या रस्त्याला लागून माझं घर व्हतं. माझ्या घरासमोरच सुंद्री राहात व्हती. म्या मनात म्हटलं, तिच्या माझ्या घरांमधला हा यवढा रस्ता जर धरणीकंपानं गडप झाला तर मग सुंद्री काय दूर हाय मला?

- य. गो. जोशी

■ ते हे कवी ■

कवी सृष्टीचा अलंकार । कवी लक्ष्मीचा शृंगार
सकळ सिद्धींचा निर्धार । ते हे कवी ॥
कवी सभेचे मंडन । कवी भाग्याचे भूषण ।
नाना सुखाचे संरक्षण । ते हे कवी ॥
कवी देवांचे रूपकर्ते । कवी ऋषींचे महत्त्ववर्णिते ।
नाना शास्त्रांचे सामर्थ्याते । कवी वाखाणिती ॥
नस्ता कवींचा व्यापार । तरि कैचा असता जगदोद्धार ।
म्हणोनि कवी हे आधार । सकल सृष्टीसी

- श्री रामदास

■ ज्ञान आणि अज्ञान ■

ज्ञानाची गती नेहमी पुढे असते. जे 'ज्ञान' म्हणून आज आपण म्हणत असतो तेच आणखी पन्नास किंवा शंभर वर्षांनी 'अज्ञान' म्हणून वर्णिले जाईल. ग्यालिलिओच्या पूर्वी पृथ्वी स्थिर आहे असा सार्वत्रिक समज होता व त्यावेळी ते जाणणारा 'ज्ञानी' होता. आज तेच धरून बसणारा 'अज्ञानी' म्हणून त्याला आपण हसतो. आणखी पन्नास वर्षांनी आणखी अशा किती गोष्टी बाहेर येतील की आपल्या पिढीला त्या वेळचे लोक अज्ञानी म्हणतील! तेव्हा मनुष्याने आपल्या विद्वत्तेची घमेंड कधीही बाळगू नये.

- हरी नारायण आपटे

■ प्रगतीची पायरी ■

असंतोष ही, माणसाच्या म्हणा की देशाच्या, प्रगतीची पहिली पायरी आहे.

- ऑस्कर वाइल्ड

■ साम्य ■

वेगवेगळ्या भाषांत वेगवेगळ्या गंमती आढळतात. तेलगू भाषेत मांजराला 'पिल्ली' म्हणतात तर मुलीला 'पिल्ला' म्हणतात. मांजर आणि मुलगी यांतले कोणते साम्य त्या लोकांना आढळले असेल बरे?

■ जय वाल्मीकी ■

कालाच्या अति कराल दाढा
सकल वस्तुंचा करिति चुराडा
कालशिरि झडे तुझा चौघडा
जय मृत्युंजय जय कविभूषण
जय वाल्मीकी तुज हे तर्पण
तव चरणी सर्वस्व समर्पण!

- भा. रा. तांबे

■ प्रार्थना ■

ईश्वराला उद्देशून मनोभावाने उच्चारलेला खऱ्या कृतज्ञतेचा एक शब्द ही सर्वोत्कृष्ट प्रार्थना होय.

■ दैव ■

एक ध्यानात ठेवा. आपला गळ नेहमी पाण्यात टाकलेला असावा. आपल्या ध्यानीमनीही नसताना केव्हा गळाला मासा लागेल याचा नेम नसतो. दैव म्हणतात ते हेच!

■ कवींचा आत्मविश्वास ■

काय म्हणुन शिकवील मला हो तो?
आणि शिकवोनी काय कवी होतो?
कदा नोहे! रससिद्ध कवी जो की
स्वयंभू तो अवतरत असे लोकी!

सुवर्णमुद्रा । ८७

स्वयं काव्यस्फूर्तीस पावणारा
स्वयं नादब्रह्मात गुंगणारा
शब्दसृष्टीचा चतुर विधाता तो
जगन्मोहन या खगापरी गातो!

- कवी चंद्रशेखर

■ गरिबी ■

सर्व संकटांचे घर म्हणजे गरीबी. एक वेळ पेटत्या विस्तवावर झोपणे शक्य आहे. पण दारिद्र्यात कोणताही माणूस डोळे मिटून झोपू शकत नाही. दारिद्र्याची मनुष्याला लाज वाटते. लाजेमुळे पराक्रम नष्ट होतो. पराक्रम नष्ट झाल्याने अपमान होतो. अपमानाने दुःख होते. दुःखामुळे बुद्धी नष्ट होते. आणि बुद्धी नष्ट झाल्यामुळे सर्वनाश होतो.

- तिरुवल्लुवर : प्रसिद्ध तामीळ कवी

■ प्रीतीचे दुःख ■

जगात या दुःखे असती कितीक
प्रीतीचे दुःख परी वेगळेच काही,
आहे याच जगातली, तरी सुद्धा
तिचे जग मात्र वेगळेच राही!

-फारसी शेर

■ विटंबना ■

केव्हा केव्हा माझ्या मनात विचार येतो की आपल्या या देशात स्त्रीत्वाची जितकी विटंबना करण्यात आली आहे, तितकी दुसऱ्या कोणत्याही देशात नसेल! कोणी प्रत्येक स्त्रीला माता मानण्याचा उपदेश करणार तर कोणी प्रत्येक स्त्रीकडे जारिणी म्हणून बघणार. तुझ्या स्त्रीविषयक भीतीचे मूळ या कल्पनेत होते की उपभोग हे विष आहे आणि स्त्रीचा उपभोग हे तर कालकूट आहे. आणि म्हणूनच की काय, मी तुझी पत्नी असूनही माझ्यासकट साऱ्या स्त्रियांना तू माता मानू बघत होतास. पण यात माझ्या स्त्रीत्वाचा तू अपमान करत होतास याची दखल तू कधी घेतलीस का? मी विचारते, का हे असे? जेथे बलात्कार नाही तर समर्पण आहे, जेथे फसवणूक नाही तर संपूर्ण समजूत आहे आणि जेथे नुसता स्नेह नाही तर प्रेमाचा आत्मलोप करणारा प्रकर्ष आहे तेथे सहवास व संभोग त्याज्य काय म्हणून ठरावा? पापमय का वाटावा?

- ना. ग. गोरे

८८ । सुवर्णमुद्रा

■ काळ ■

माणूस जगतो काही काळ
आणि जातो मरून
काळ आपला शांतपणे
बघत असतो दुरून!

■ पतंग ■

स्त्रीची स्थिती एखाद्या पतंगासारखी आहे हेच खरं. पतंगाला कितीही वाटलं,
की आपण स्वतंत्रपणानं उंच उंच चाललो आहोत तरी खरं पाहता कुणी तरी त्याला
दोऱ्यानं बांधून हाती धरलेलंच असतं. कधी कधी पतंग उडवणारा माणूस दोरा
पुष्कळसा सैल सोडतो. पण त्या पतंगाला कळलं नाही तरी दोऱ्याचं बंधन हे
असतंच.

– ना. सी. फडके

■ उत्तम मित्र ■

पशूंसारखे उत्तम मित्र दुसरे सापडणे कठिण. ते तुम्हाला भलभलते प्रश्न
विचारत नाहीत. तुमच्या चुका काढत नाहीत. तुमच्यावर कडवट कुत्सित टीकाही
करत नाहीत. ते फक्त तुम्हाला स्नेह देतात.

– जॉर्ज इलियट

■ स्वारी कुणिकडे झुकली? ■

पानं विड्याची तबकात सुकली
आज स्वारी कुणिकडे झुकली?
शेज फुलांची रचून ठेवली
उटी केशरी अंगाला लावली
समईत ज्योत सरसावली
अशा सुखाला की हो मुकली
आज स्वारी कुणिकडे झुकली?

– पारंपरिक लावणी

■ पोट लागले पाठीशी ■

पोट लागले पाठीशी । हिंडविते देशोदेशी ।।
पोटाभेणे जिकडे जावे । तिकडे पोट येते सर्व ।।
येणे सांडियली चवी । नीचापुढे ते नाचवी ।।
पोट काशियाने भरे । तुका म्हणे झुरुझुरु मरे ।।

- श्री तुकाराम

■ गोव्यातील आतिथ्य ■

नागेशाच्या देवळात आम्ही पोहोचलो तेव्हा दमलो होतो. आणि आम्हाला सपाटून तहान लागली होती. एका घरी गेलो. उपाध्यायाचंच ते घर. तिथं ऐश्वर्य असं कितीसं असणार? पण सारवलेल्या स्वच्छ जमिनीवर चटई अंथरली गेली. निर्मळ घासलेली तांब्याची कळशी, भांडं लगेच पुढे आलं. बरोबर एका ताटात तप्त सुवर्णासारखे रसरशीत, रसाळ फणसाचे गरे! ते बघूनच तृप्त झालो. तेवढ्यात त्या घरातल्य पुरुषाबरोबर एक किशोरी आणि एक तरुणी बाहेर आल्या. आम्हांला कुशल विचारू लागल्या. सात्त्विक लोभस चर्या, गव्हाळ वर्ण, डोळ्यांतले निरागस भाव आणि भाळावरचं भरघोस कुंकू! तिथून निघताना मनाशी म्हटलं, ज्या कुणा भाग्यवंतांची घरं या उजळ करणार असतील त्यांच्यापासून यांना हृदयाचं सुख पुरेपूर लाभू दे आणि ते स्वत: चारित्र्यसंपन्न असू देत!

- शशिकांत पुनर्वसु

■ कीर्तनरंग ■

कीर्तनरंगी रंग लोटला भाग्यवंत लुटिती!
दास हरीची कथा सांगतो
शब्द खुणेचे बोलुनि जातो
विरळा कोणी अर्थ जाणतो दुसरे खटपटती!
स्त्रियांकडे कुणि लाविति डोळे
कोणी जोडे न्याया टपले
कुणी पेंगती घेती झोले माना लटपटती
कीर्तनरंगी रंग लोटला भाग्यवंत लुटिती!

■ बुद्धी आणि ज्ञान ■

बुद्धी आणि ज्ञान ही जगातली सर्वांत प्रभावी अस्त्रे आहेत. 'मुद्राराक्षस' नाटकात

चाणक्याने 'सेनाशताहून श्रेष्ठ असे एकमेव साधन' म्हणून आपल्या बुद्धीचा जो महिमा वर्णन केला आहे तो उगीच नव्हे. या दोहोंच्या जोडीला आणखीही एक गोष्ट हवी. ती म्हणजे साहस.

■ नागाची नवलकथा ■

गारुड्याची पुंगी ऐकून नाग डोलतो. तो म्हणे संगीतावर लुब्ध होतो. पण ही सगळी कविकल्पना आहे. नागाला संगीताचा काय, कसलाच कान नसतो. तो डोळ्यांनी ऐकतो. गारुडी जेव्हा पुंगी वाजवतो. तेव्हा त्या नादाच्या लहरी नागाच्या डोळ्यांच्या त्वचेवर आदळतात. त्याने तो त्रस्त होतो आणि नकारार्थी मस्तक हलवू लागतो. त्यालाच आपण नागाचे डोलणे म्हणतो. याला शास्त्रीय आधार आहे. संस्कृतमध्ये तर नागाला 'चक्षु:श्रवा' म्हणजे डोळ्यांनी ऐकणारा असेच म्हणतात.

- शशिकांत पुनर्वसु

■ माझे प्रेम ■

माझे प्रेम आहे गवतासारखे
जे असते दडलेले
उंच सखल पर्वतरांगांत,
वाढलेले भरगच्च उदंड
तरीही साऱ्यांच्या नजरांपासून
दूर, दूर अज्ञात!

- जपानी कविता

■ बर्फीची चटणी ■

चांगली शेर दीड शेर सुरती बर्फी घ्यावी व सहज हाताला लागेल अशी उघडी ठेवावी. स्वयंपाक करताना किंवा इकडून तिकडे येता जाताना तिचा एकेक बकाणा भरावा. घटकेच्या आत सगळ्या बर्फीची चटणी होते. माझ्या एका भगिनीने कुरकुर केली आहे की दररोज नवीन चटणी करणे अवघड जाते. माझ्या मते कोणत्याही पदार्थाची केव्हाच चटणी करून टाकता येते.

- संपूर्ण बाळकराम

■ दैवी ठिणगी ■

प्रत्येक सत्त्वशील स्त्रीच्या हृदयात एक दैवी ठिणगी असते. सुखसमृद्धीच्या

सुवर्णमुद्रा । ९१

काळात तिचे तेज कदाचित प्रत्ययाला येत नसेल. पण दारिद्र्याच्या, विपत्तीच्या काळात प्रतिकूल परिस्थितीच्या काळोखात ती आत्मतेजाने झळकत राहाते.

- वॉशिंग्टन आयर्व्हिंग

■ पडशाळा ■

बघ तू या पडक्या पडशाळेत जुनाट
जिस असती दारे दोनच ही 'दिनरात'
सम्राटामागुन सम्राट किति थाटात
घडि दो घडि राहुन धरिती अपुली वाट!

- उमर खय्याम

■ पोर ही सानुली ■

पोर ही सानुली की सोन्याची बाहुली
देव हिच्यावर ठेवो मायेची साउली!
सुंदर दिसते नि मोहक रुसते
ठेपराईने ही कशी चालते बसते!
बोबडे बोलते नि हृदय खोलते
मन माझे बोबड्या या बोलांनी डोलते
साधेच कपडे ही घालुनी बागडे
गौरीहून ज्याला त्याला परी ही आवडे
या हो या पाहुणे नवे या, या जुने
भंडाऱ्याचा प्रसाद घ्या काहीही ना उणे!

■ फूल ■

फुलास काही चिंता नाही
दिवस आजचा जाईल कैसा?
प्रश्न न त्याला पडतो केव्हा
कुठे साठवुन ठेवू पैसा?
केवळ असते, केवळ हसते
आनंदाला येते भरती
परिमळ दाटुन हृदयामध्ये
पराग वाऱ्यावर थरथरती!

■ आंबा आणि पितर ■

आंब्याच्या झाडाखाली बसून पितृतर्पण करणारे 'आम्रश्च तृप्त: पितरश्च तृप्ता:' असे म्हणून आपण मोठे व्यवहारचतुर आहो असा आव आणतात. पण त्यांचं हे कृत्य मला तरी आचरटपणाचं वाटतं. पितृतर्पणासाठी सांडलेल्या पंचपात्रीभर पाण्यानं आंब्याच्या झाडाची भूक तर भागायची नाहीच, पण मृताच्या नावानं सोडलेलं पाणी मृतांना पोचेल असं क्षणभर मान्य केलं तरी ती मृत माणसं म्हणतील, 'या लेकाला आमच्यापेक्षा या आंब्याची कळकळ अधिक आहे!' आणि त्या कल्पनेनं मृतात्मे तृप्त होण्याऐवजी असंतुष्टच अधिक होतील!

— ना. धों. ताम्हनकर, दाजी

■ चांदणी ■

सायंकाळी क्षितिजावरती
मंदपणे मी करते लुकलुक
शांत राहुनी अपुल्या जागी
भवतालाचे बघते कौतुक!
अफाट वरती गगन पसरले
विशाल खाली पसरे धरती
मी सृष्टीची सुता लाडकी
मंद चमकते क्षितिजावरती!

■ सोने ■

जे चकाकते ते सर्व सोने नसते!

— वुइल्यम शेक्सपियर

■ तीच सांगता ■

नादातच अपुल्या मग्न राहती कुणी
कुणि घालू बघती गगनाला गवसणी
कक्षेत आपुल्या कुणी सुखाने फिरे
कुणि ब्रह्मांडाला व्यापुन अंती उरे!
उडतसे धूळ गरगरति जीव आंधळे
आंधळ्या गतीतच विराम कोणा मिळे
फिरवतो चक्र अज्ञात हात कोणता?
या इथेच शेवट आणि तीच सांगता!

■ प्रेमपत्रे ■

प्रेमपत्रे कशी लिहावीत यासंबंधी हजार वर्षांपूर्वी जपानच्या सम्राटाच्या दरबारात काही संकेत रूढ होते. एखाद्या खानदानी सरदाराने किंवा तालेवाराने आपल्या प्रियकरणी-सोबत एक रात्र काढली तर दुसऱ्या दिवशी आपला आनंद आणि कृतज्ञता त्याने पत्र लिहून तिला कळवलीच पाहिजे असा रिवाज असे. तसे न करणे गावंढळ असभ्यपणाचे समजले जाई. हे पत्र दुसऱ्या दिवशी सकाळी तिच्याकडे पोहोचले जाई. या पत्राचे आणखी एक वैशिष्ट्य म्हणजे त्याबरोबर फुलांचा एक सुंदर,टवटवीत तुराही धाडला जाई. ते जणू काही प्रियकराच्या तृप्तीने दरवळणाऱ्या मनाचे प्रतीक असे.

■ शिकण्यासारखे काही ■

आम्ही दूध पितो
मांजरही दूध पिते...
पण मांजराच्या ते अंगी लागते.
आम्ही मरेस्तोवर जगतो
मांजरही मरेस्तोवर जगते...
पण मांजराला ब्लडप्रेशरचे दुखणे नसते!
आम्हाला तेही कळत नाही...
पण त्याचा आत्मा भटकत राहिल्याचे कोणी ऐकले नाही!
पृथ्वीवरचा सर्वांत हुषार प्राणी
माणूस असेलही...
पण त्यानेही कधी तरी निवांतपणे
म्याँव करायला हरकत नाही!

- एक ग्रीटिंग कार्ड

■ दरी ■

समोरच्या खोल दरीचे अजस्त्र मुख दाट काळोखाने भरून गेले होते. भोवतालचा अंध:कार इतका निबिड होता की, लहानमोठ्या झाडांचे अस्तित्व केवळ वाऱ्यावर सळसळणाऱ्या पानांचा आवाज ऐकल्यानेच समजत होते. दूर कुठेतरी एखादे हिंस्त्र श्वापद गुरगुरल्याचा अस्पष्ट भास झाला. तेवढ्यात आतापर्यंत न दिसलेली एक तेजस्वी चांदणी क्षितिजरेखेवर उदय पावली.

९४ । सुवर्णमुद्रा

■ परंपरेची गंगा ■

परंपरा ही गंगेसारखी आहे. महासागराकडे झेपावणारी, जनांचे पापताप शोषणारी, सोसणारी आणि तीरावरचे जीवन निरंतर पोषीत राहणारी गंगा ही नित्यनूतन असते. तिच्या प्रवाहातला प्रत्येक बिंदू हा नवा असतो, आणि तरीही शतकानुशतके तिची ओळख 'गंगा' हीच असते. गंगेनं जर ही नित्यनूतनता सोडली, महासागराशी मीलन घडल्यानंतरही वाहत राहाण्याची प्रवृत्ती सोडली तर तिचं एक सडकं तळं व्हायला वेळ लागणार नाही. आपली पुरातन ओळख, युगायुगातील 'आयडेंटिटी' राखूनही सतत परिवर्तन स्वीकारणारी गंगा ही मला अनेकार्थांनी परंपरेचं प्रतीक म्हणून भावते.

- डॉ. रा. चिं. ढेरे

■ यश ■

यश हे साहसी पुरुषांकडे येते. जे संकटाला धैर्याने सामोरे जातात त्यांनाच यश लाभते. भित्र्या, दुबळ्या आणि आळशी लोकांकडे मात्र यश पाठ फिरवते.

- पं. जवाहरलाल नेहरू

■ विराण्या ■

संत कवींच्या विराण्या प्रसिद्ध आहेत. विराणी म्हणजे विरहिणीचे गीत. परमेश्वराला प्रियकर मानून आणि स्वत:कडे प्रेयसीची भूमिका घेऊन या विराण्या प्रामुख्याने लिहिल्या गेल्या आहेत. विराण्यांतून कधी विरहाचे दु:ख उत्कटतेने वर्णिलेले असते, कधी मीलनाची आशा, ओढ असते तर कधी प्रत्यक्ष मीलनातून प्रत्ययाला येणारा अपार आनंद ओसंडत असतो. इथे भक्तिभावनेत शृंगाराचे रंग असे मिसळलेले असतात की त्यामुळे अध्यात्माची ज्यांना तोंडओळख नसते अशा सर्वसामान्य प्रापंचिकांना देखील विराणी मधुर, आस्वाद्य वाटते.

■ पिंपळाची सळसळ ■

मला सर्व ऋतूंत पिंपळपानाची साद ऐकण्याचं आकर्षण आहे. देवळासमोरच्या पिंपळाचा घोषनाद एकाद्या चांदीच्या किणकिणणाऱ्या घंटेच्या नादासारखा वाटतो. पिंपळाची सळसळणारी पानं वातावरणात नादमाधुरी ओतत असतात. नदीकाठच्या पिंपळाची सळसळ नदीच्या संथ प्रवाहाला साथ देते. सागरकिनाऱ्यावरील पिंपळाची सळसळ आणि सागराची गाज यांतला कुठला आवाज अधिक गूढ, सांगता येत नाही. घरासमोरच्या पिंपळाची सळसळ अंगाई गीतासारखी वाटते.

- मारुती चितमपल्ली

सुवर्णमुद्रा । ९५

■ तारांची बरसात ■

नाचत ना गगनात नाथा!
तारांची बरसात नाथा!
आणित होती माणिक मोती
वरतुनि राजस रात नाथा!
नाव उलटली माव हरपली
चंदेरी दरियात नाथा!
ती ही वरची देवाघरची
दौलत लोक पहात नाथा!

- राम गणेश गडकरी

■ वर्षाऋतू ■

वसंतऋतू आला तसा गेला. ग्रीष्मऋतूत रात्री लहान होऊन दिवस मोठे झाले. वाऱ्याची दिशा बदलली. जलाशयांतले पाणी आटून गेले. आणि प्रखर सूर्यतापाने जमिनीला भेगा पडल्या. पुढे आभाळात हलके हलके ढग जमू लागले. वादळी वाऱ्यांना सुरुवात झाली. आणि विद्युल्लतेचा कडकडाट सुरू झाला. वर्षाकाळाला प्रारंभ झाला. रानोमाळ गवत माजले. शेते उंच उंच वाढली. लहानमोठी झाडे पल्लवभाराने आच्छादित झाली. मृदु आणि उग्र वासांनी दाही दिशा दरवळून गेल्या. तांबड्या गलिच्छ पाण्याने नदीनाले खळखळले आणि पंखांत चोची खुपसून कुडकुडणारे पक्षी 'बाबा रे, थांबव आता ही वृष्टी!' अशी वरुणराजाची प्रार्थना करण्यासाठी चिवचिवाट करू लागले.

- ना. सी. फडके : प्रवासी

■ अंधश्रद्धा ■

दोन भुते आपापसांत गप्पा मारत होती. एकाने दुसऱ्याला विचारले, 'काय रे, माणसे माणसे म्हणतात ती खरोखर अस्तित्वात असतात का?'

'छे रे!' दुसरे भूत मोठमोठ्याने हसत म्हणाले, 'माणसे असा काही प्रकार मुळातच नसतो. काही भोळ्याभाबड्या भुतांची ती अंधश्रद्धा असते, इतकेच!'

■ जाणीव ■

काही माणसे अतिशय गुणी, बुद्धिमान, प्रतिभावंत असतात. पण त्यांची त्यांना मात्र या कशाचीच जाणीव नसते. मोराचा पिसारा निळ्याजांभळ्या हिरव्या रंगांनी नुसता लखलखत असतो. पण स्वत: मोर मात्र रंगांधळा असतो. त्याला काळा

९६ । सुवर्णमुद्रा

आणि पांढरा हेच दोन रंग कळतात. तसेच काहीसे नाही का हे?

■ ओव्या ■

जडशीळ जातं । मला दळण होईना
मुक्यानं दळण । पीठ गोसावी घेईना ।।
ममईच्या वाटे । गाडी जाते खजिन्याची
लाडकी बाई माझी । मैना आत डागिन्याची ।।
बाळ्या बुगड्यांची । कोण काळ्या लुगड्याची
लाडकी लेक माझी । वाणीण बडोद्याची ।।
उन्हाळ्याचे ऊन । लागते मोठ्या लोका
बाईच्या ग माझ्या । मेण्यावर पाणी झोका ।।

■ राजकारण ■

राजकारणातले सगळे रागलोभ, शत्रुत्वमित्रत्व हे तात्कालिक आणि नैमित्तिक असते. शत्रू आणि मित्र या दोन्हीही शब्दांना राजकारणात काही अर्थ नाही. त्या त्या प्रसंगाची निकड हीच राजकारणातले सगळे संबंध, शत्रुत्व किंवा मित्रत्व, विरोध किंवा सहकार्य निश्चित करीत असते. व्यवहारातले सर्वच संबंध उपयुक्ततेवर अवलंबून असतात ही गोष्ट खरी आहे. पण राजकारणात तर केवळ उपयुक्तता हीच माणसाची किंमत ठरवते. जो माणूस उपयुक्त नाही त्याला राजकारणात काहीही किंमत आणि स्थान नाही.

-ग. त्र्यं. माडखोलकर

■ देखिला मी बाळ सये ■

देखिला मी बाळ सये देखिला मी बाळ सखे
नंदाचिया अंगणात खेळे कौतुके
सावळासा नंगा हरी । अंगणात दंगा करी
पिंपळपान निढळावरी । देखिला मी बाळ सखे
गोपाळांच्या खोड्या काढी । गोपिकांच्या वेण्या ओढी
कडदोरा कटीवरी । देखिला मी बाळ सखे

- निर्मला देशपांडे

■ नवरदेव सजला शिवशंकर ■

नवरदेव सजला शिवशंकर
गिरिजेला वरण्यास निघाला ॥ध्रु.॥
घोड्यावरती स्वार जाहला
सर्पांची मुंडावळ माथी
जटेतुनी झुळझुळते गंगा
चंद्र शोभतो भाळावरती ॥१॥
व्याघ्रांबर कमरेस वेढिले
त्रिशूल डमरू घेई हाती
नररुंडांची गळ्यात माला
भूतप्रेत वेताळ नाचती ॥२॥
देवदेवता सवे वऱ्हाडी
असा सोहळा जगावेगळा
नवरदेव सजला शिवशंकर
गिरिजेला वरण्यास निघाला ॥३॥

■ डोळे तुमचे जादुगिरी ■

डोळे तुमचे जादुगिरी
आमच्याकडे पाहु नका
    तुम्ही जाता मुलखावरी
    माझी चिंता कोण करी?
एकलि मी राहु कशी?
फार दिवस लावु नका!

- पारंपरिक लावणी

■ माळव्याचे सौंदर्य ■

रस्त्याच्या दुतर्फा आंब्या लिंबोण्यांची, जांभळीची डेरेदार झाडे, पलिकडे आता भराला आलेली सोनसळी शेते, माळव्याच्या मातीचा ओलसर उबदार गंध, सकाळच्या कोवळ्या उन्हात गव्हाच्या पिकलेल्या ओंब्यांचे वाऱ्यावर झुलणारे घोस, रंगीबेरंगी बांधणी ओढण्या, सात तुकड्यांच्या कटोरी चोळ्या ल्यालेल्या, भांगामध्ये चांदीची बोरं जडवलेल्या, शिसवी रंगाच्या, शेलाट्या अंगयष्टीच्या माळवी मुलींचा उभ्या ओणव्यानं शेतांत कापणी करतानाचा लयदार तांडा...झाडांपेडांवर पाखरांचा किलबिलाट,

९८ । सुवर्णमुद्रा

मधूनच कोकिळांचा पंचम स्वर...मधूनच झाडांना बांधलेल्या दोरखंडांच्या झुल्यावर झुलणाऱ्या रंगबावऱ्या पोरी...

- निर्मला देशपांडे

■ जो तो आपल्यासाठी ■

या जगात जो तो आपापल्याकरिता जगतो हेच खरे ! वृक्षवेलींची मुळे जशी जवळच्या ओलाव्याकडे वळतात. तशी माणसेही सुखासाठी निकटच्या लोकांचा आधार शोधतात. यालाच जग कधी प्रेम म्हणते, कधी प्रीती म्हणते, कधी मैत्री म्हणते. पण खरोखर हे आत्मप्रेम असते. एका बाजूचा ओलावा नाहीसा झाला तर वृक्षवेली सुकून जात नाहीत. त्यांची मुळे दुसऱ्या बाजूला कुठे ओलावा आहे, मग तो जवळ असो किंवा दूर असो - हे पाहू लागतात. आणि तो शोधून, शोषून ती टवटवीत राहातात.

- वि. स. खांडेकर

■ जीवनगाणे ■

झाले गेले विसरुन जावे
पुढे पुढे चालावे
जीवनगाणे गात रहावे!

■ इंद्रायणी काठी ■

इंद्रायणी काठी । देवाची आळंदी
लागली समाधी । ज्ञानेशाची ।।
ज्ञानियांचा राजा । भोगतो राणीव
नाचती वैष्णव । मागेपुढे ।।
मागेपुढे दाटे । ज्ञानाचा उजेड
अंगणात झाड । कैवल्याचे ।।
उजेडी राहिले । उजेड होऊन
निवृत्ती सोपान । मुक्ताबाई ।।

- ग. दि. माडगूळकर

■ जादूचा गाव ■

आपण एकाद्या जादूच्या गावी जाऊ. त्या गावी पोलीस नाहीत. कुणाच्या कपड्यांना खाकी रंग नाही. तिथे शिकारी कुत्रे नाहीत. त्या गावी गावातल्या लोकांचं राज्य आहे.

सुवर्णमुद्रा । ९९

तिथले लोक शहाणे सुरते. त्यांच्यांत भांडण नाही. हेवादावा नाही. आहे फक्त माणुसकी. माणसाला माणूस माणूस म्हणून ओळखतो. माणूस म्हणजे माणूस. जनावर म्हणजे जनावर. माणसाच्या हातून जनावराची रया राहाते. कष्ट करावे. घाम गाळावा. पोट भरावे. अंग मोडावे तेव्हा भाकरीचा तुकडा मोडावा. अशा त्या गावी आपण जाऊन राहू. खोपट बांधून राहू. तू आणि मी - आपण सुखाचा संसार करू.

-ग. ल. ठोकळ

■ आनंद ■

कळीचा आनंद उमलण्यात आहे. फुलाचा आनंद फुलण्यात आहे. माणसाचा आनंद जीवन सर्वांगाने उपभोगण्यात आहे. जगणे म्हणजेच आनंद.

■ फूल आलं फुलून ■

फूल आलं फुलून । जीव गेला भुलून ।।
या फुलाला नवलाचे रंग
पाकळीपाकळीनं मुरडलं अंग
वास घेता भुंगे झाले दंग
आले सारे मिळून । जीव गेला भुलून ।।

■ प्रांतोप्रांतीच्या आमट्या ■

एकच आमटी देशाच्या दशदिशांना वेगवेगळी रूपे घेऊन भेटते. कोणार्कच्या ओडिया खाणावळीतली वांग्याच्या फोडी घातलेली; आले, मिरच्या, कोथिंबीर नि तेजपाता टाकलेली तुरीची गरम आमटी ओरपताना ब्रह्मानंदी टाळी लागते. गयेला विहारी हॉटेलात चापलेली मुगाची आमटी साधीच पण सहृदय होती. त्यातील हिरव्या मसाल्याची रुची आपल्या कृष्णाकाठची आठवण करून देणारी आणि फोडणीचे तूप लोणकढे! पंजाबची 'रोघणी डाळ' तर चाखायलाच हवी. रोघणीमध्ये आले, कांदे, टोमॅटो, दही, मिरच्या, हळद, मीठ, लिंबू अशा मसाल्याची लयलूट असते आणि वर रोघण म्हणजे तुपाची फोडणी! काश्मीर हिमाचलकडे 'माँह साबत' म्हणजे आख्ख्या उडदाची आमटी बनवतात. ती चोवीस तास मंद विस्तवावर शिजवावी तेव्हा कुठे मनासारखी होते!

- श्री. बा. जोशी

■ दोन मने ■

माणसाला दोन मने असतात. एक पशूचे आणि एक देवाचे! पहिले मन उपभोगात रमून जाते. दुसरे त्यागात आनंद मानते. पहिल्याला शरीराच्या सुखापलिकडे काहीच

१०० । सुवर्णमुद्रा

दिसत नाही. दुसऱ्याला मात्र त्यापलिकडे असणाऱ्या उदात्ततेचा साक्षात्कार होतो. त्या दोन मनांतल्या पहिल्याला निसर्गाने आपले सारे बळ दिले आहे. दुसरे त्या मानाने फार दुबळे असते. या दुसऱ्या मनाचे बळ वाढवणे, दोन्ही मनांचे बळ सारखे करून जीवन सुखाने जगणे आणि जगता जगता त्याचा विकास करणे हे यशस्वी आयुष्याचे खरे लक्षण आहे.

- वि. स. खांडेकर

■ क्षणैक व्हावे जरा दिवाणे! ■

सभोवती या प्रचंड हाटी
शहाणियांची अलोट दाटी
गमे बसूनी प्रसूनवाटी
क्षणैक व्हावे जरा दिवाणे!
प्रसन्न व्हावे सहानुभावे
स्व-भावगीत प्रबंध गावे
कुणीहि यावे, जरा बसावे
इथे कुणाला सदा रहाणे?

- माधव जूलियन

■ मनाशी मैत्री ■

मनाला शत्रू समजू नका. मनाशी लढाई करणे किंवा मनाला जिंकणे ही भाषा अवैज्ञानिक आहे. त्यात वेळ आणि शांती खर्चू नका. मनाशी मैत्री व प्रेम करावे. मनाशी मैत्री जोवर होणार नाही तोपर्यंत मनापासून मुक्तीही होणार नाही. प्रेमाने वागलात तर मन असे शांत होऊन जाईल की, ते आहे की नाही हे सुद्धा कळेनासे होईल.

- विमला ठकार

■ आवाहन ■

हे तेजोरूप अग्ने, सोन्यासारखी तेजोमय कांती लाभलेली, हरिणीसारखी चंचल स्वभावाची, सुवर्ण आणि रजत यांच्या माळा धारण करणारी आणि अत्यंत आल्हाददायक, चमचमत्या रत्नालंकारांनी नटलेली श्रीलक्ष्मी इष्टकार्याच्या पूर्तीसाठी आमच्या घरी येवो !

- संस्कृत वचन

■ ईश्वराला प्रार्थना ■

आकाशिच्या कुऱ्हाडी

माथा खुशाल पाडी
आघात सोसण्याचे
सामर्थ्य मात्र द्यावे!

- माधव जूलियन

■ वेळू आणि बासरी ■

वेळूचा नादाशी अतूट आणि अखंड संबंध आहे. त्याचा संपूर्ण देह म्हणजे नादब्रह्माची वसती आहे. वेळूच्या या नादाचं नैसर्गिक सामर्थ्य ज्यानं जाणलं आणि अति कौशल्यानं ज्यानं वापरलं तो आहे आमचा एक लोकसखा बनून गेलेला देव श्रीकृष्ण! श्रीकृष्णाची बासरी भारतीय भूमीवर भुवनमोहिनी होऊन कित्येक शतकं वाजत आहे. एक साधासा वेळूचा तुकडा, पण संस्कृतीमधलं सारं मधुरपण त्यानं स्वत:त ओवून घेतलं आहे. एक अतार्किक, बेभान करणारा असा गोडवा बासरीच्या सुरांत आहे आणि तत्त्वज्ञानाच्या साऱ्या कडकडीतपणावर मात करत जीवनाचा आनंद भरभरून चाखण्याची रीत तिने संस्कृतीला दाखवली आहे.

- अरुणा ढेरे

■ बगीचा ■

पाटातल्या एका जिवंत झऱ्याचे पाणी नळांनी खाली आणून ते त्या बगिच्यात सर्वत्र खेळवलेले होते. निरनिराळ्या प्रकारच्या भाज्या, कंद आणि वेल यांचे वाफे तिथे ओळीने लावलेले होते. जमिनीवर पसरलेले वाळकाचे वेल आणि मांडवावर चढवलेले दोडक्याचे वेल यांची जशी एक मजेदार शोभा दिसत होती. तसा दीड हात वाढीचा केळीचां डुबरा मळा आणि बुंध्यापासून दोन हातांवर फळे लागलेल्या फणसांची उंच रांग यांचीही शोभा काही वेगळीच दिसत होती. बगीचाच्या मधोमध असलेल्या आंब्याच्या भव्य डेरेदार वृक्षाला जे मधमाश्याचे मोठे थोरले पोळे लागलेले होते. त्याच्याभोवती घोंघावणाऱ्या माश्यांची झुम्मड आणि बगीचाच्या एका कोपऱ्यात जांभळीच्या झाडाखाली ठेवलेल्या मोहोळाच्या लाकडी घरातून मधून मधून बाहेर पडणाऱ्या पाळीव माश्यांच्या येरझारा यांच्यांतला विरोध बोधप्रद वाटत होता.

- ग. त्र्यं. माडखोलकर

■ प्रश्न ■

शंकरास पुसे पार्वती
कुणबी भूमीचा अधिकारी
असे असता का हो शंकरा

सदा गरीबी कुणब्याघरी?
जमीन नांगरून करी शेती
घाम गाळुन पिकवी मोती
खरा तोच धरणीचा पती
असे असता का हो शंकरा
सदा गरीबी कुणब्याघरी?

- पारंपरिक गीत

■ कीर्ती रूढवी ■

सांडी हे मूर्खपण । उठी घे धनुष्यबाण
संग्रामी हे कवण । कारुण्य तुझे ॥
जगी कीर्ती रूढवी । स्वधर्माचा मानु वाढवी
इया भारापासोनि सोडवी । मेदिनी हे ॥

- ज्ञानेश्वरी

■ बडा माणूस ■

प्रत्येक बड्या माणसाला काही व्यसनं असतात. काही चमत्कारिक सवयी असतात. त्याच्या काही विचित्र बौद्धिक, मानसिक आणि शारीरिक गरजा असतात. त्या तृप्त करण्यासाठी त्याला अत्यंत विश्वसनीय हस्तक लागतात. ही नाजुक भूमिका जो माणूस पत्करतो आणि ती शिताफीनं पार पाडतो तो प्रिय होऊन बसतो त्या बड्या माणसाला. हा अगदी साधा नियम आहे व्यवहारातला!

- ग. त्र्यं. माडखोलकर

■ गुरूवंदना ■

मतीची प्रेरणा, जिवाचा आधार
गुरुराया तुला करू नमस्कार!
तूच ब्रह्मा, विष्णू, तूच महेश्वर
उदार तू ज्ञानी, तूच विश्वंभर
निज शिष्यांप्रती अत्यंत उदार
गुरुराया तुला करू नमस्कार!
मायबाप देती जन्म बालकाला
विद्येचा वारसा तूच त्यास दिला

सुवर्णमुद्रा । १०३

फिटती न कधी तुझे उपकार
गुरुराया तुला करू नमस्कार!

■ नवे वर्ष ■

नवे वर्ष नव्या आशा घेउनीया आले
नव्या आनंदात आज मन आहे न्हाले!
नवा सूर्य उभा आहे क्षितिजावरती
नव्या उल्लासाने येते आनंदा भरती
नव्या आशा आकांक्षांनी हृदय भरू
नव्या वर्षा तुझे प्रेमे स्वागत करू!

■ अध्यात्माचा शोध ■

अध्यात्मामध्ये पहिली वृत्ती, पहिला दृष्टिकोन असा पाहिजे की 'माझ्या जीवनाला मीच जबाबदार आहे' ही जबाबदारी उचलण्याची ज्याची इच्छा किंवा तयारी नाही, त्याच्या हातून अध्यात्माचा शोध होणार नाही. जो काही करू इच्छीत नाही तो 'परिस्थिती अनुकूल नाही' असे समर्थन करत असतो. अध्यात्म हा जाणण्याचा विषय नाही. समजण्याचा विषय आहे. अनुभूतीचा नव्हे तर प्रत्ययाचा विषय आहे. अध्यात्माचा शोध हे वीराचे, शूराचे काम आहे. चित्त, बुद्धी, मन यांना मौनामध्ये नेण्याचे काम तिथे करावयाचे असते.

- विमला ठकार

■ नवे भविष्य घडव ■

जुन्या घटनांची जीर्ण शीर्ण पाने
पाचोळा पायांनी खुशाल तुडव
नवीन पालवी सळसळ करी
त्यातूनच नवे भविष्य घडव!

■ कोकणातले घर ■

कोकणात देवगडला मी आपले सत्तेचे घर केले. घर चांगले प्रशस्त, दहाबारा माणसे नांदतील इतके मोठे असून मी आणखी त्यात सोयी केल्या आहेत. कोकणात मांडव आणि झोपाळा ही सुखसाधने गरिबांच्याही घरी असतात. त्यांची सिद्धता मी केली आहे. शिवाय महत्त्वाची गोष्ट म्हणजे या ठिकाणात दहावीस कलमी आंब्यांची

झाडे असून जागेवर सत्तेचे आंबेफळ खावयास मिळते व उरलेसुरले पुण्यास आणता येते. घरातील कोणत्याही भागातून दिसेल असा समुद्र जवळ आहे. सपाट मैदान असल्यामुळे वारा दिवसभर चालतो. यातच स्वतःची कल्पना चालवून एका विहिरीजवळ झाडाखाली मी काही चिरेबंदी ओटे बांधले आहेत. त्यांवर समुद्राकडे पाहात छायेत उघड्या अंगावर वारा घेत तासन्तास बसतो तेव्हा ती सुखाची परमावधी अशी मला वाटते!

- न. चिं. केळकर

■ स्मरणाच्या होड्या ■

साचलेले पावसाचे पाणी अंगणात
तुझ्या स्मरणाच्या होड्या सोडतो मी त्यात
नवथर प्रेमभाव, उत्कट लाघव...
नाही काय येत सखे तुला तो आठव?

■ दुःख ■

दुःख हे निखळ स्वरूपात तुमच्यापुढे येते. ते सुखासारखे मुखवटा घालून येत नाही. दुःखाला एक प्रकारचा विलक्षण सच्चेपणा असतो. ते फार सघन असते. सुख हे सुंदर शरीरासाठी. पण दुःख हे सुंदर आत्म्यासाठी.

- ऑस्कर वाइल्ड

■ नको ■

नको शब्दांची आरास, नको सुरांचे कौतुक
तुझ्या माझ्या मनातले तुला मलाच ठाऊक !

■ पुरवा कोणी कोड ■

नका घालू दूध । जयामध्ये सार
ताकाचे उपकार । तरी करा ॥
नेदा तरी हे हो । नका देऊ अन्न
फुकाचे जीवन । तरी पाजा ॥
तुका म्हणे मज । सगुणाची चाड
पुरवा कोणी कोड । दुर्बळाचे ॥

- संत तुकाराम

■ चांगली प्रकृती ■

चांगली प्रकृता निरोगी तर असतेच, पण ती सुदृढ आणि कार्यक्षमही असते. अगदी साध्या शब्दांत तुमची प्रकृती चांगली आहे म्हणजे तुम्ही उत्साही आहात. तुम्हाला चांगली भूक लागते, तुम्ही सहजपणे झोपी जाता आणि जाग येते तेव्हा तुम्ही तरतरीत, ताजेतवाने झालेले असता. तुमची विनोदबुद्धी तल्लख असते. स्वत:च्या तसेच इतरांच्याही विनोदाला तुम्ही मनमोकळे हसू शकता. तुम्हाला नेहमीच्या कामाचा थकवा जाणवत नाही. तुमच्या कामात सहजता असते. प्रामाणिकपणा, नम्रता, कृतज्ञता आणि सर्वांबद्दल स्नेह तुमच्या मनात असतो. थोडक्यात, तुमचे जीवन स्वत:साठी आणि इतरांसाठी आनंददायी असते.

- डॉ. अरविंद बावडेकर

■ माझी कुवत ■

'एकेकाचं आपल्या पत्नीवर किती जिवापाड प्रेम असतं.' ती म्हणाली, 'बघा ना. शहाजहाननं आपल्या मुमताजसाठी प्रेमाचं प्रतीक म्हणून संगमवरी ताजमहाल बांधला. नाही तर तुम्ही!'

'अग पण' तो म्हणाला, 'शहाजहान बादशहा होता. त्याची बरोबरी मी कशी करणार! पण मी नाही का आपल्या स्वयंपाकघरात तुझ्यासाठी ओटा बांधला? माझी कुवत तितकीच!'

■ जाहिरातीचे युग ■

'खरंच राधिके' रसिकवर्य कृष्णराव म्हणाले, 'आज तू न्हालेली किती सुंदर दिसतेस!'

न्हालेल्या पत्नीच्या सौंदर्याचे कृष्णरावांनी वर्णन केले. जणू वर्णन केले तरच सौंदर्याचे कार्य झाले! पाहिले, आनंद वाटला, अन्त:करणात समाधान दाटले...फुलाचे अत्तर काढावे त्याप्रमाणे हृदयात समाधानाच्या फुलाचे अत्तर निघावे आणि ते हास्यरूपाने गालांओठांवर चमकावे यात काव्य नाही, रसिकता नाही, मार्मिकता नाही, काही नाही!

हल्लीचे युग जाहिरातीचे आहे. वर्णनाचे आहे. म्हणून प्रेम सांगावे लागते! सौंदर्य बोलून दाखवावे लागते.

- य. गो. जोशी

■ तुकारामाचे अभंग ■

तुकारामाचे अभंग खेड्यांतली जनता सकाळ संध्याकाळ गात असते. विद्वज्जन आपल्या विधानांना, युक्तिवादाला पुष्टी देण्यासाठी त्यांतल्या मार्मिक ओळी उद्‌धृत करत असतात. वक्ते आपल्या व्याख्यानाचा परिणाम वाढवण्यासाठी त्यांच्या ओळी वापरत असतात. राजकारणी नेते ग्रामीण जनतेला वश करण्यासाठी पेरत बोलत असतात. तुकारामांच्या ओळींचे, चरणांचे तुकडे अनेक मराठी कादंबऱ्यांची, नाटकांची, निबंधांची आणि अग्रलेखांची शीर्षके म्हणून वापरले जातात. तुकारामांचा प्रभाव नसता तर मराठी भाषा दरिद्री झाली असती. सर्व प्रकारच्या व्यक्तींना आपल्या नानाविध भावना यथायोग्य तऱ्हेने व्यक्त करता येतील अशी तुकारामांच्या अभंगांनी सोय करून ठेवली आहे.

- भालचंद्र नेमाडे

■ सागर पोहत बाहुबळाने ■

सागर पोहत बाहुबळाने नाव तयासि मिळो न मिळो रे
स्वयेंच तेजोनिधि जो भास्कर तदगृहि दीप जळो न जळो रे
जो करि कर्म अहेतु निरंतर देव तयासि वळो न वळो रे
झाली ओळख ज्यास स्वत:ची वेद तयासि कळो न कळो रे

- श्री. रा. बोबडे

■ जीवनाचा स्वीकार ■

साधना म्हणजे समग्र जीवनाचा बिनशर्त स्वीकार. इथे एका गोष्टींचा स्वीकार करायचा, दुसरीचा अस्वीकार हे जगणे नाही. दोन्हींमधून आपल्याला जावं लागेल. कधी सुख सामोरं येईल. कधी दु:ख येईल. कधी जन्माची मंगल सनई वाजेल तर कधी मरणाचा शोकदायक प्रसंग येईल. पण या दोहोंतही जगायला हवं. त्या घटना जशा असतील तशा स्वीकारून त्यापासून होणाऱ्या संवेदना शरीर मनात जिरवाव्या, पचवाव्या लागतील.

- विमल ठकार

■ चित्र ■

भिंतीवर एकुलते एक चित्र होते. निळ्या पाण्यात दोन होड्या. पाठीमागे पुष्कळशी झाडे. काठावरच्या एका झाडाच्या जांभळ्या छायेत तांबड्या रंगाचे अंगावर डाग असलेली पांढरी गाय. शांत प्रतिबिंबावर वाऱ्याचा ओरखडा नाही. निळ्या निळ्या आकाशात ढगांच्या तुकड्यांचे असमाधान नाही.

- जी. ए. कुलकर्णी

■ बाल्यावस्था ■

बाल्यावस्थेत शरीराला विलक्षण चांचल्य असते. या वयातील मुलाला हाक मारली, काही काम सांगितले तर तो धावत येतो. धावतच कामाला जातो. चालणे जलद, बोलणे जलद, करणे जलद, जणू काय, सर्व अवयव आपले काम करून टाकण्यास अत्यंत उतावीळ झाले आहेत. हे जे सर्व प्रकारचे चांचल्य बाल्यावस्थेत दिसते त्यामुळे अवलोकनशक्ती वाढते आणि जिज्ञासा दृढ होत जाते.

- महादेव शिवराम गोळे

■ ही संतमंडळी सुखी असो ■

आकल्प आयुष्य । व्हावे तया कुळा ।
माझिया सकळा । हरिच्या दासा ॥
कल्पनेची बाधा । न हो कदा काळी ।
ही संतमंडळी । सुखी असो ॥
अहंकाराचा वारा । न लागो राजसा ।
माझ्या विष्णुदासा । भाविकासी ॥
नामा म्हणे तया । असावे कल्याण ।
जया मुखी निधान । पांडुरंग ॥

- संत नामदेव

www.ingramcontent.com/pod-product-compliance
Lightning Source LLC
LaVergne TN
LVHW090003230825
819400LV00031B/515
* 9 7 8 8 1 7 7 6 6 2 7 8 8 *